சுவாமி விவேகானந்தர் ஒரு பன்முகப்பார்வை

தொகுப்பாசிரியர்கள்

பேரா. க. ஸ்ரீனிவாசன்

முனைவர் க. தனலட்சுமி

என்.ஜி.எம் கல்லூரி

பொள்ளாச்சி

நியூ செஞ்சுரி புக் ஹவுஸ் (பி) லிட்.,

41-பி, சிட்கோ இண்டஸ்டிரியல் எஸ்டேட்,

அம்பத்தூர், சென்னை - 600 050.

☎: 044 - 26251968, 26258410, 48601884

Language: Tamil

Swami Vivekananthar Oru Panmugapparvai

Compilers : **Prof. K. Srinivasan**

Dr. K. Dhanalakshmi

N.G.M. College, Pollachi.

First Edition: September, 2018
Second Edition: November, 2022
Copyright: Publisher
No.of Pages: 108
Publisher:
New Century Book House Pvt. Ltd.,
41-B, SIDCO Industrial Estate,
Ambattur, Chennai - 600 050.
Tamilnadu State, India.
Email : info@ncbh.in
Online:www.ncbhpublisher.in

ISBN. 978 - 81 - 2343 - 807 - 8

Code No. A 4002

₹ 140/-

Branches

Ambattur (H.O.) 044 - 26359906 **Spenzer Plaza (Chennai)** 044-28490027 **Trichy** 0431-2700885 **Pudukkottai** 04322- 227773 **Thanjavur** 04362-231371 **Tirunelveli** 0462-4210990, 2323990 **Madurai** 0452 2344106, 4374106 **Dindigul** 0451-2432172 **Coimbatore** 0422-2380554 **Erode** 0424-2256667 **Salem** 0427-2450817 **Hosur** 04344-245726 **Krishnagiri** 04343-234387 **Ooty** 0423 2441743 **Vellore** 0416-2234495 **Villupuram** 04146-227800 **Pondicherry** 0413-2280101 **Nagercoil** 04652-234990

சுவாமி விவேகானந்தர் ஒரு பன்முகப்பார்வை

தொகுப்பாசிரியர்கள்: **பேரா. க. ஸ்ரீனிவாசன்**

முனைவர் க. தனலட்சுமி

என்.ஜி.எம் கல்லூரி, பொள்ளாச்சி

முதல் பதிப்பு: செப்டம்பர், 2018

இரண்டாம் பதிப்பு: நவம்பர், 2022

அச்சிட்டோர்: **பாவை பிரிண்டர்ஸ் (பி) லிட்.,**
16 (142), ஜானி ஜான் கான் சாலை, இராயப்பேட்டை, சென்னை - 14
☎: 044-28482441

All rights reserved. No part of this book may be reprinted or reproduced or utilised in any form or by any electronic, mechanical, or other means, now known or hereafter invented, including photocopying and recording, or in any information storage or retrieval system, without permission in writing from the publishers.

★ மனிதா நீ மகத்தானவன்

★ நீ எதுவாக விரும்புகிறாயோ அதுவாக ஆவாய்

★ அனைத்துத் திறன்களும் உன்னுள் ஏற்கனவே உள்ளன

★ உன் மீது நீ நம்பிக்கை வை

★ முயன்றால் முடியாதது எதுவும் இல்லை

- சுவாமி விவேகானந்தர்

அணிந்துரை

-டாக்டர் பி.கே. கிருஷ்ணராஜ் வாணவராயர்
தலைவர்
என்.ஜி.எம். கல்லூரி,
பொள்ளாச்சி.

நம் பாரத தேசத்தின் மிகப் பெரிய பலமாக விளங்குபவர்கள் இளைஞர்களே ஆவர். இந்த பலத்தை முறையாகப் பயன்படுத்திக் கொள்வதைப் பொறுத்தே நாட்டின் எதிர்காலம் உள்ளது. இக்கருத்தை மையமாக வைத்தே கல்லூரியின் வைரவிழாவை முன்னிட்டு கல்லூரி வளாகத்தில் சுவாமி விவேகனாந்தர் திருவுருவச்சிலை நிறுவப்பட்டுள்ளது. என்.ஜி.எம். கல்லூரியின் சுவாமி விவேகானந்தர் மாணவர் சிந்தனை மன்றம் “இளைஞர் மேம்பாடும் வளமிக்க பாரததேசமும்” என்ற தேசிய அளவிலான கருத்தரங்கை சுவாமி விவேகானந்தரின் கருத்துக்களை அடியொட்டி நடத்தியது குறிப்பிடத்தக்கது.

நாட்டை இன்று எதிர்நோக்கியுள்ள ஒரு மிகப் பெரிய சவால் நமது கல்வியை முற்றிலும் மாற்றி அமைத்து நமது இளைஞர்களுக்குள் மறைந்து கிடக்கும் அளவற்ற அறிவையும் ஆற்றலையும் முழுவதுமாக வெளிக் கொண்டு வந்து, அதை தேசத்தின் வளர்ச்சிக்குப் பயன்படுத்திக் கொள்வதே ஆகும். இதனைச் செயலாக்கம் செய்ய வேண்டுமென்றால் சுவாமி விவேகானந்தரின் கருத்துக்கள் மிகவும் அவசியம்.

இன்றைய இளைஞர்கள் தங்களுக்காக ஒரு கனவை வைத்திருக் கிறார்கள். ஆனால் நாட்டிற்கு என்று ஒரு பரந்த விரிந்த கனவை வைத்திருக் கிறார்களா என்பது சந்தேகமே. ஏனென்றால் இன்றைய கல்வி இளைஞனுக்கு ஒரு வேலையைத் தேடித்தருவதற்கு மட்டும் உதவியதே அல்லாமல் அவனை ஒரு பொறுப்புள்ள சமுதாய உணர்வோடு கூடிய குடிமகனாக உயர்த்தவில்லை.

இந்தக் குறையை நூறு ஆண்டுகளுக்கு முன்பே உணர்ந்த சுவாமி விவேகானந்தர் அதை முற்றிலும் மாற்றி அமைக்க உறுதிபூண்டார்.

ஒவ்வொரு இளைஞனும் தேசத்தின் பெருமையை உணர்ந்திருக்க வேண்டும். அதன் மூலம் அவன் அது குறித்துப் பெருமிதம் கொள்ள

வேண்டும். அப்பொழுதுதான் அவன் தேசத்திற்காக எந்தத் தியாகத்தையும் செய்ய முன்வருவான் என்று சுவாமி விவேகானந்தர் நம்பினார்.

திறந்த மனமும் அளவற்ற ஆற்றலும் உள்ள இளைஞர்களால் எதையும் துணிச்சலோடும் தன்னம்பிக்கையோடும் எதிர்கொள்ள முடியும். எந்த ஒரு பெரும் மாற்றமும் அவர்களால் மட்டுமே நிகழ்த்திக் காட்டமுடியும். ஆகவேதான் சுவாமி விவேகானந்தர் நூறு இளைஞர்களைத் தாருங்கள், உலகத்தை மாற்றிக் காட்டுவேன் என்று சூளுரைத்தார்.

வித்தியாசமாகச் சிந்திப்பதற்கும் துணிச்சலோடு செயல்படு வதற்கும் நம் இளைஞர்களை, கல்வி உருவாக்க வேண்டும். உன்னத இலட்சியத்திற்காக வாழ்க்கையை அர்ப்பணிக்கத் துணிபவர்களாக நம் இளைஞர்கள் உருவாக வேண்டும்.

பாரத நாட்டின் இளைஞர்கள் எந்த நாட்டு இளைஞர்களுக்கும் எந்த வகையிலும், எதிலும் சளைத்தவர்கள் அல்லர். சுவாமி விவேகானந்தர் போதித்த கல்வியின் (Man Making Education) மூலமாக நம் இளைஞர்களை ஆளுமைப் பண்புகள் மிக்க குடிமக்களாக உருவாக்க முடியும்.

இப்படிப்பட்ட தருணத்தில், "சுவாமி விவேகானந்தர் ஒரு பன்முகப்பார்வை" என்ற நூலைத் தொகுத்து வெளியிடுகின்ற சுவாமி விவேகானந்தர் மாணவர் சிந்தனை மன்ற ஒருங்கிணைப்பாளர்களாகிய கணினித்துறைப் பேராசிரியர் கே. ஸ்ரீனிவாசன் அவர்களையும், தமிழ்த்துறை உதவிப் பேராசிரியை முனைவர் க. தனலட்சுமி அவர் களையும் மனதாரப் பாராட்டுகிறேன்.

பதினான்கு கட்டுரைகள் அடங்கியுள்ள இந்நூலுக்காகக் கட்டுரை களை எழுதி வழங்கிய முனைவர் அமுதன், முனைவர் எம்.ஜெயப்பிரகாஷ், முனைவர் ஆர். கிருஷ்ணமூர்த்தி, பேரா. பி.நாகராஜன், திரு. எஸ்.வி.இளங்கோ, முனைவர் ப. வடிவேல், பேரா. கே. ஸ்ரீனிவாசன், முனைவர் ச. முத்துவேல், முனைவர் ரெ. முத்துக்குமரன், முனைவர் பே. மகேஸ்வரி, முனைவர் சொ.சேதுபதி, முனைவர் க.தனலட்சுமி, முனைவர் ஆ.மகாலட்சுமி ஆகியோர்களுக்கு வாழ்த்துகளைத் தெரிவித்துக் கொள்கிறேன். இதனை மாணவர்களுக்காகப் பாடத்திட்டத்தில் வைத்த தமிழ்த்துறைக்கு எனது பாராட்டுகள்.

எண்ணற்ற சவால்களை எதிர்நோக்கி எதிர்நீச்சல் போட காத்திருக் கின்ற மாணவச் செல்வங்கள் சுவாமி விவேகானந்தரின் விவேகமிக்க, புரட்சிகரமான புதுமைக் கருத்துக்களையும், தன்னம்பிக்கை, மத நல்லிணக்கச் சிந்தனைகள், கல்விச் சிந்தனைகள், இந்தியப் பண்பாடு

ஆன்மீகம் ஆகிய கருத்துக்கள் அடங்கிய இந்நூலைக் கற்று விழிப் புணர்வையும், பொறுப்புணர்வையும் பெற்றுச் சிறந்து பாரத தேசத்தையும் உயர்த்திட உளமார வாழ்த்துகிறேன்.

வாழ்த்துகள்

டாக்டர் பி.கே. கிருஷ்ணராஜ் வாணவராயர்

தலைவர்

என்.ஜி.எம். கல்லூரி,

பொள்ளாச்சி.

வாழ்த்துரை

முனைவர் பொ.மா. பழனிசாமி
முதல்வர், என்.ஜி.எம். கல்லூரி

சுவாமி விவேகானந்தர் மனதளவில் மாறுபட்டுச் சிந்திக்கும் மாமனிதர்களில் ஒருவர். அவர் ஒவ்வொரு காலகட்டத்திலும், தான் பெறுகின்ற உலக அனுபவங்களை அறிவு என்ற பண்போடு இணைத்து மனிதனின் பயன்பாட்டிற்கேற்றவாறு மாற்றித்தருவதில் கைதேர்ந்த வராக இருந்திருக்கின்றார். அவர் கல்வியைப் பற்றிக் கூறும்போது, "பொதுமக்களை வாழ்க்கைப் போராட்டத்திற்குத் தகுதி பெற்றவர்களாக இருக்க உதவி செய்யாத கல்வி, உறுதியான நல்ல ஒழுக்கத்தையும், பிறருக்கு உதவி புரியும் ஊக்கத்தையும், சிங்கம் போன்ற மனஉறுதியையும் வெளிப்படுத்தப் பயன்படாத கல்வி, கல்வியாகாது. தன்னம்பிக்கை தந்து ஒருவனைச் சொந்தக் காலில் நிற்கும்படி செய்வதுதான் உண்மையான கல்வியாகும்" என்பார்.

வாழ்க்கையை உருவாக்கக் கூடிய, மனிதனை மாமனிதனாக ஆக்கக் கூடிய, நல்லொழுக்கத்தை வளர்க்கக்கூடிய கருத்துக்களை உள்வாங்க வழி காட்டுவதே நல்ல கல்வியின் பண்பாகும். நேர்மறையான எண்ணங்களை வளர்க்கும் வகையில் மாணவர்களுக்கான கல்வி அமைய வேண்டும். எதிர்மறை எண்ணங்கள் மாணவர்களைப் பலவீனப்படுத்தும். மாணவர் களுக்குக் கல்வி கற்பிப்பது என்பது தெய்வத்தை வழிபடுவது போன்றது. இதைத்தான் மக்கள் சேவையே மகேசன் சேவை என்பர். பிறர் நலத்தைப் பற்றிச் சிறிதளவேனும் சிந்திப்பதனால் படிப்படியாக நமது உள்ளத்தில் அபாரமான பலம் உண்டாவதை அறியலாம் என்பார் சுவாமி விவேகானந்தர். மதம் சார்ந்த செய்திகளைக் கற்றலில், சரியான அறிவுப் பூர்வமான புரிதல் இல்லை. எனவே சமுதாயம் இப்போது இருக்கும் தாழ்ந்த நிலைமைக்கு மதம் காரணம் அல்ல. மதம் கற்பிக்கும் சரியான வாழ்க்கை முறையைப் பின்பற்றாமல் போனதுதான் சமுதாயத்தின் வீழ்ச்சிக்குக் காரணம். மதம் என்பது மிருகத்தை மனிதனாகவும், மனிதனைக் கடவுளாகவும் மாற்றும் வல்லமை கொண்டது என்பார் சுவாமி விவேகானந்தர்.

வெற்றி பெறுவதற்குத் தொடர்ந்து விடாமுயற்சியும் பெரும் மன உறுதியும் தேவை. எனவே முழுமையாக உழைத்தால் உரிய பலன் உறுதியாகக் கிடைக்கும். இதுதான் கர்மயோகம் என்பார் சுவாமி ஜி. கல்வியின் அடிப்படை இலட்சியமே மனதை ஒருமுகப்படுத்துவது தான். ஒருமுகப்படுத்திய மனதோடு மனிதன் செயல்படும்போது அவன் பயனுள்ள மனிதனாகின்றான். இதைத்தான் சுவாமி விவேகானந்தர், "உயிரே போனாலும் தைரியமன நிலையை விட்டுவிடாதே. நீ சாதிக்கப் பிறந்தவன். துணிந்து நில். எதையும் வெல்" என்பார்.

இந்தியா தனது முழுமையான சுதந்திரத்தைக் கட்டிக்காக்கத் தேவையானது சரியான கல்வித்திட்டம். அந்தக் கல்வி நாம் நினைப்பது போல் கல்வி நிறுவனங்கள் வழங்கும் பட்டமல்ல. மனிதனை மாமனிதனாக, தெய்வீகத் தன்மை உள்ளவனாக உருவாக்குகிற கல்விமுறைதான் தேவை என்று கூறும் சுவாமி விவேகானந்தர், அடிமைத்தனத்தை வளர்க்கும் கல்விமுறை வேண்டாம் என்கிறார்.

மானுடப்பிறவியின் முக்கிய நோக்கம் பரமனை அடைதல் என்னும் உயர்ந்த சிந்தனையை உலகிற்கு வழங்கியவர் சுவாமி விவேகானந்தர். நவீன இந்தியாவின் விடிவெள்ளியாக உதித்த வீரத்துறவி விவேகானந்தரின் சீரிய கருத்துக்களை இளைஞர் மத்தியில் பரப்ப பல்வேறு அறிஞர்களின் கருத்துக்கள் அடங்கிய கட்டுரைகள் தொகுக்கப்பட்டு நூலாக்கம் பெற்றுள்ளன. சுவாமி விவேகானந்தர் சிகாகோவில் உரையாற்றி 125 ஆண்டுகள் நிறை வடைந்ததை ஒட்டி சுவாமி விவேகானந்தர் மாணவர் சிந்தனை மன்றம் சார்பாக இந்நூல் வெளியிடப்படுகின்றது. இத் தருணத்தில் கல்லூரியின் தலைவர் டாக்டர். பி.கே. கிருஷ்ணராஜ் வாணவராயர் அவர்களுக்கும் விவேகானந்தர் மாணவர் சிந்தனை மன்ற ஒருங்கிணைப்பாளர்கள் பேரா.கே.சீனிவாசன், முனைவர் க.தனலட்சமி அவர்களுக்கும், எமது இதயங்கனிந்த வாழ்த்துக்களைத் தெரிவித்துக் கொள்கிறேன்.

நன்றி!

முனைவர் பொ.மா. பழனிசாமி
முதல்வர்
என்.ஜி.எம் கல்லூரி

பதிப்புரை

நம்முடைய பாரததேசம் ஆன்மீக பலத்தால் ஒளிபெற்றது. அந்த ஆன்மீக பலத்தைத் தக்க தருணத்தில் தக்கவர்களிடத்துச் சேர்த்தவர் சுவாமி விவேகானந்தர் அவர். "வழிபாட்டிற்குரிய ஒரே கடவுள் மனிதனே. மனிதனை மையமாக வைத்த ஆன்மீகம்தான் எனக்கு வேண்டும். இறைவனை மையமாக வைத்தல்ல" என்று மிகப்பெரிய புரட்சி செய்தவர். யாருக்குத் தன்மீது நம்பிக்கை இல்லையோ அவனே நாத்திகன் என்று தன்னம்பிக்கையை விதைத்த பெருமை அவருக்கு உண்டு.

'பலமே வாழ்வு பலவீனமே மரணம்' என்பது அவருடைய வேதவாக்கு. உனக்குத் தேவையான எல்லா வலிமையும் உதவியும் உனக்குள்ளேயே குடிகொண்டிருக்கின்றன என்ற உத்வேகம், என்றும் சமுதாயத்திற்குத் தேவை. இந்த தேசம் மண்ணால் ஆனதல்ல. மக்களால் ஆனது. உடலாலும் உள்ளத்தாலும் மக்களுக்கு உழைப்பது தெய்வபக்தி என்று எடுத்துக் கூறி சிகாகோவில் "சகோதர சகோதரிகளே" என்று ஆற்றிய உரை பாரதத்தைப் பாரறியச் செய்தது.

உண்மைக்காக எதையும் துறக்கலாம். ஆனால் எதன் பொருட்டும் உண்மையைத் துறக்கக்கூடாது என்ற அவருடைய தூயகுணம் உலகளவில் அவரைத் திரும்பிப்பார்க்க வைத்தது. இன்றைய இளைய தலைமுறையைச் சேர்ந்த, நவீனத் தலைமுறையைச் சேர்ந்த இளைஞர்களிடம்தான் தனது நம்பிக்கை இருக்கின்றது என்று குறிப்பிட்டு, இளைய தலைமுறையை உத்வேகப்படுத்திய பெருமை அவரையே சாரும். அதனால்தான் நமது கல்லூரியின் தலைவர் டாக்டர் பி.கே. கிருஷ்ணராஜ் வாணவராயர் அவர்கள் "இளைஞர் மேம்பாடும் வளமிக்க பாரத தேசமும்" என்று மேற்கோள் காட்டி வைர விழாவை முன்னிட்டு சுவாமி விவேகானந்தர் திருவுருவச் சிலையை நமது கல்லூரி வளாகத்தில் நிறுவியுள்ளார்.

சுவாமி விவேகானந்தரின் சிந்தனைகளைச் செயலாக்கம் செய்யும் நம்முடைய கல்லூரித் தலைவரின் வழிகாட்டுதலினால்தான் சுவாமி விவேகானந்தர் குறித்தான கருத்தரங்கம் போன்ற பல்வேறு நிகழ்வுகள் தொடர்ந்து நடைபெற்று வருகின்றன. சுவாமி விவேகானந்தர் சிகாகோவில் உரையாற்றி 125 ஆண்டுகள் நிறைவடைந்த இத்தருணத்தில் "சுவாமி விவேகானந்தர் ஒரு பன்முகப்பார்வை" என்ற இந்த நூலை

வெளியிடுவதில் சுவாமி விவேகானந்தர் மாணவர் சிந்தனை மன்றம் பெருமகிழ்வு அடைகின்றது. இந்நூல் வெளிவர, ஊக்குவித்த கல்லூரித் தலைவர் டாக்டர் பி.கே. கிருஷ்ணராஜ் வாணவராயர், முதல்வர் முனைவர் பொ.மா. பழனிசாமி, நிர்வாக மேலாளர் திரு. ரகுநாதன், தேர்வுக்கட்டுப் பாட்டு அலுவலர் முனைவர் ஆர். முத்துக்குமரன் ஆகியோர்களுக்கு எங்களது மனப் பூர்வமான நன்றியைத் தெரிவித்துக் கொள்கிறோம். இந்நூலை மாணவர்களுக்குப் பாடமாக வைக்க இசைந்த தமிழ்த் துறைத்தலைவர் முனைவர் ச. முத்துவேல் அவர்களுக்கும் தமிழ்த்துறைப் பேராசிரியர்களுக்கும் மிகவும் நன்றி. சுவாமி விவேகானந்தரின் ஆன்மீகப்புரட்சி, தன்னம்பிக்கை, தமிழகத்திற்கும் அவருக்குமான தொடர்பு, மத நல்லிணக்கம், இளைஞர் மேம்பாடு கல்விச் சிந்தனைகள், பெண்கள் பற்றிய சிந்தனைகள் என்று பன்முக நோக்கில் கட்டுரை வழங்கிய முனைவர் அமுதன், முனைவர் மீ. ஜெயப்பிரகாஷ், முனைவர் ஆர்.கிருஷ்ணமூர்த்தி, பேரா.பி. நாகராஜன், திரு. எஸ்.வி இளங்கோ, முனைவர் ப. வடிவேல், முனைவர் ச. முத்துவேல், முனைவர் பே.முத்துக்குமரன், முனைவர் பே.மகேஸ்வரி,முனைவர் சொ. சேதுபதி, முனைவர் ஆ. மகாலட்சுமி ஆகியோர்களுக்கு என்றென்றும் நன்றி உரியதாகும். வளமிக்க பாரத தேசத்தை உருவாக்கிக் கொண்டிருக்கும் இளைய சமுதாயத்திற்கு எங்களது வாழ்த்துகளுடன் இந்நூலை வழங்குகின்றோம்.

வாழ்த்துக்களுடன்

பேரா. கே. ஸ்ரீனிவாசன்
முனைவர் க. தனலட்சுமி

ஒருங்கிணைப்பாளர்கள்
சுவாமி விவேகானந்தர் மாணவர் சிந்தனை மன்றம்
என்.ஜி.எம். கல்லூரி.

பொருளடக்கம்

1. புரட்சிக்குப் பொருள் சொன்ன புனிதப் பெருமான்
   -முனைவர் அமுதன் 15

2. விவேகமிக்க விவேகானந்தர்
   -பேராசிரியர் மீ. ஜெயப்பிரகாஷ் 24

3. சுவாமி விவேகானந்தரின் ஆன்மீகப் புரட்சியும் புதுமையும்
   -முனைவர் ஆர். கிருஷ்ணமூர்த்தி 33

4. சுவாமி விவேகானந்தர் இளைஞர்களுக்குத் தரும்
   தன்னம்பிக்கைச் சிந்தனைகள்
   -பேரா. பி. நாகராஜன் 43

5. மறுமலர்ச்சிக்கு சுவாமி விவேகானந்தரின் சிந்தனைகள்
   -திரு. எஸ்.வி. இளங்கோ 50

6. தமிழகம் கொண்டாடும் சுவாமி விவேகானந்தர்
   -முனைவர் ப. வடிவேல் 58

7. சுவாமி விவேகானந்தரின் மத நல்லிணக்கச் சிந்தனைகள்
   -முனைவர் ச. முத்துவேல் 66

8. பலமே வாழ்வு
   -பேரா. கே. ஸ்ரீனிவாசன் 72

9. இளைஞர்களும் பாரத தேசமும்
   -முனைவர் ரெ. முத்துக்குமரன் 75

10. சுவாமி விவேகானந்தரின் கல்விச் சிந்தனைகள்
    -முனைவர் பே. மகேஸ்வரி 80

11. இளைஞர்களுக்கு சுவாமி விவேகானந்தர் முன்வைக்கும்
    இந்தியப் பண்பாடு
    -முனைவர் சொ. சேதுபதி 85

12. இன்றைய சவால்களுக்கு சுவாமி விவேகானந்தர்
    கூறும் தீர்வுகள்
    -முனைவர் க. தனலட்சுமி 95

13. சுவாமி விவேகானந்தரின் பார்வையில் பெண்கள்
    -முனைவர் ஆ. மகாலட்சுமி 101

1. புரட்சிக்குப் பொருள் சொன்ன புனிதப் பெருமான்

-முனைவர் அமுதன்
தமிழ்த்துறை
என்.ஜி.எம். கல்லூரி.

புரட்சி என்ற ஒரு தமிழ்ச் சொல் இன்று புரிந்து கொள்ளாமலேயே நம்மவர்களால் பேசப்பட்டுவரும் சில சொற்களில் ஒன்றாகி விட்டது. "ஆகா என்று எழுந்தது பார் யுகப்புரட்சி" என்று நம் அருமைப் பாரதியாரால் அர்த்த கனத்துடன் முதலில் எழுந்து தமிழ் வழக்கிற்கு வந்தது அச்சொல். அதன் பொருளே புரியாமல் வழங்குவது மட்டுமன்றி, தவறான பொருளில் அது வழங்கப் பெற்று வருவதை என் என்பது?

வழிவழியாக வந்த மரபைத் தலைகீழாக்கி, மண்ணைக் கலப்பைகள் புரட்டிப் போடுவது போன்று செயல்புரிவது புரட்சி. மரபை அழிப்பது அல்ல. மேலைக் கீழாக்கி, கீழை மேலாக்கி வளஞ் சேர்ப்பது புரட்சி. எத்தனை துறவிகள் இம்மண்ணில் பிறந்திருந் தாலும் "புரட்சித்துறவி" என்றால் விவேகானந்தப் பெருமான் என்று கற்றறிந்த தமிழர் அத்தனை பேர் வாய்களும் "ஆம் ஆம்!" என்று ஒரு சேர ஒத்துக்கொள்ளும் பேற்றினைப் பெற்றவர் நம்பெருமான். புரட்சி எனும் சொல்லுக்குப் பொன்மகுடம் சூட்டியவர் விவேகானந்தர் எனும் வீரத்துறவி.

"பொன்மொழிகள்" உயர்ந்தோர் வாசகங்கள் சிலவற்றைத் தேர்ந்தெடுத்துச் சொல்வது நம் மரபு. விவேகானந்தப் பெருமான் வாழ்வைப் பொருத்தவரையில் இம்மரபு தோற்றுப்போகும். ஏன் எனில், பெருமானின் புனிதவாயின் வழிவந்த அத்தனை மொழிகளும் பொன்மொழிகள். இந்த நாட்டையும் மக்களையும் காத்தோம்ப வந்த நன்மொழிகள்.

பழைய நூல்கள் பல. அவற்றை வரைந்தாரும் அவர்கள் உற்றாரும் சுற்றமும் நல்வாழ்வு பெற எழுதப்பட்டவை என்று எதிர்க்குரல் எழுப்பி எழுந்தார் விவேகானந்தர். அவற்றுள் சில ஒருகுலத்துக்கு ஒரு நீதி சொல்லி எழுந்தன. ஒரு சில நூல்களை உயர் குலத்தோரே ஓத உரியவர்கள், மற்ற இனத்தார் தொடவும் கூடாது. தொட்டால் நரகம் என்றனர். அதிலும்

16 சுவாமி விவேகானந்தர் ஒரு பன்முகப்பார்வை

பெண்கள் படிக்கவே கூடாது என்று பல்லாண்டுகளாகப் படித்தவர்களாகிய உயர்குலத்தாரால் திட்டமிட்டுப் பரப்பப்பட்டு வந்தது. இந்த சுயநலக் கோட்பாட்டுக்கு எதிர்க் கருத்தை எவரும் எழுப்பாமல் அமைதி பூண்டனர். வாய்பூட்டுப் போட்டுக் கொண்டு கற்றவர் சிலரே வாயில்லாப் பூச்சிகளாக வாழ்ந்து கொண்டிருந்தனர். பொய் கூறுதல் மட்டும் குற்றம் அல்ல; பொய்யை மறுக்காமல் இருப்பதும் குற்றம் என்பர் மேலோர்.

சென்ற நூற்றாண்டு வாக்கில், வங்க தேசக் கடல் அலைகளின் ஓரத்திலே ஒரு ஞான சூரியன் எழுந்தது. பழைய மடமைகளை, வேரோடும் வேரடி மண்ணோடும் புரட்டிப் போடும் சிம்ம கர்ச்சனையாய் அது ஒலித்தது. "எள்முனையளவும் சுயநலம் இருந்தால், அது ஆன்மிகம் அல்ல. சுயநலம், சுயநலம் இன்மை என்பதைத் தவிர, கடவுளுக்கும் சாத்தானுக்கும் எவ்வித வேறுபாடும் இல்லை" என்னும் வீர வாக்கால், ஆன்மிக உலகிற்கு, புது இரத்தம் பாய்ச்ச எழுந்த வீரமருத்துவர் அவர்.

பெருமான், தன் கூர்ந்த மதியால், மக்கள் மனத்தில் படர்ந்து கிடந்த சுயநல வேர்களின் ஆழத்தையும் அகலத்தையும் கண்டறிந்தார். அன்று வழங்கிய சுயநல நச்சுவேர்களை வேரடி மண்ணோடு புரட்டிப்போட முடிவெடுத்தார். அன்று பட்டினி கிடப்பவர்களைப் பார்த்தால் பாவம் வரும் என்று பார்வை படாமல் ஒதுங்கிப் போனவர்கள் இருந்தனர். முற்பிறப்பில், பாவம் செய்தவர்கள் இப்பிறப்பில் பட்டினி கிடக்கும் பாவிகள் ஆயினர். அவர்களைப் பார்த்தால், அனுதாபமோ இரக்கமோ காட்டினால் அது கடவுள் ஆணையை அத்து மீறிய செயல் ஆகும் என்று ஒதுங்கிப் போனவர் பலர் இருந்தனர்.

இவர்கள் பாவங்களின் விளைவை இவர்களே அனுபவித்தாக வேண்டும். அவர்களுக்கு உதவ நினைப்பது தவறு. அது கடவுள் ஆணையை மீறுவதாகும் என்று சிலர் விரிவுரை செய்தனர்.

"பட்டினி கிடப்பாரைப் பார்க்கவும் நேரீர்!
பழங்கஞ்சியாயினும் வழங்கவும் நினையீர்!"

என்று வள்ளற் பெருமானின் உள்ளம் உருக்கும் வரிகள் யாரை நோக்கி எழுந்தவை? 'இந்த தரித்திர நாராயணர்களைப் பார்த்தால் பாவம் கூடும்' என்று பார்க்காமல் முகம் திரும்பிப் போனவர்களைக் கண்டு எழுந்தவையே இந்த வரிகள். பிறமதத்தினரைக் கண்டால் முக்காடு இட்டுச் சென்றவர் களும் இருந்தனர். இத்தகைய கோட்பாடுகள் ஆன்மிகம் என்று அன்று வழங்கிவந்த நிலையில் பெருமானின் முழக்கம் இப்படி எழும்பியது; அது ஆன்மிக உலகைக் கிடுகிடுக்க வைத்தது. "நீங்கள் கடவுளைக்காண வேண்டு மென்றால் மனிதனுக்குச் சேவை செய்யுங்கள். நாராயணன் அருள் பெற

வேண்டும் என்றால் பசி, பட்டினியால் வாடும் பல இலட்சம் தரித்திர நாராயணர்களுக்குச் சேவை செய்யுங்கள். அதுதான் உண்மையான தேசபக்தி. அதுதான் உண்மையான ஆன்மிகம் என்ற பெருமானின் வீரவாசகங்கள் ஆன்மிக உலகின் அந்தராத்மாவைத் தொட்டு நடுங்கச் செய்தது. அதுவரையிலும் ஆன்மிகம் குருவுக்குச் சேவை செய்யச் சொல்லிக் கொண்டிருந்தது. பசியறியாத குருவுக்குச் செய்யும் சேவையை மடைமாற்றி, பட்டினி கிடக்கும் அவர்களை நோக்கித் திருப்பி விட்டவர் நம்பெருமான். குருவாகிய தன் சுய சிந்தனையால் கவரப்பட்ட அன்பர் திருக்கூட்டத்தை, தன்மீது காட்டிடும் மதிப்பையும் அன்பையும் தாய்நாட்டிடம் கொள்ளத் திருப்பி விட்டவர். தான், எனது என்ற ஆணவ வேரை அகழ்ந்தெடுத்து எறிந்து விட்ட ஐயன் நம் பெருமான். "மனிதனை இறைவனாகக் கருதிச் சேவை செய்ய வேண்டும். உலக நலனுக்காக, உனது முத்தியைத் தியாகம் செய்!" என்ற குருதேவரின் உன்னத அருள்மொழி, நம் சுவாமிஜியின் உள்ளத்தில் ஓயாது உலாவிக் கொண்டிருந்த, ஒலித்துக் கொண்டிருந்த வாசகங்களில் ஒன்று.

"உலக நலனுக்காக உன் முத்தியைத் தியாகம் செய்" குருதேவரின் இந்த ஒப்புயர்வற்ற வாசகம் விவேகானந்தரின் வாழ்க்கைப் பாதையையே திருப்பிப் போட்டது. அவர் மனதின் இண்டு இடுக்குகளில் ஒளிந்திருந்த கடுகளவு தன்னலப் புள்ளிகளும் அக்கணமே வெளியேறின. துறவிகளாகிய தன் சீடர்களின் உள்ளத்தில் தியாகச் சுவாலையை மூட்டினார். அதுவரையிலும் தான் வளர்த்த தியானச் சுவாலையை, அவர் தம் யோகப் பெருங்கலையால், தியாகச் சுவாலையாக மாற்றினார்!. வேதமந்திரங்களை மட்டும் ஓதி வந்த சீடர்களுக்கு, அறிவின் எல்லாக் கிளைகளையும் அவர் சுவைக்கச் செய்தார்.

விஞ்ஞானப் படிப்புடன் கூடிய சமயச் சார்புள்ள தியானமும் இணைந்து, சீடர்களின் மனத்தை விவேகானந்தரின் பார்வை விசாலம் ஆக்கியது. தியான லட்சியமும், மனித சமூகத்துக்குச் சேவை செய்வது என்ற மாறாச் சபதமும் சேர்ந்து இணைந்து ஒன்று பட்டன. சீடர்கள் மடத்துக்குள் முடங்கிக் கிடக்கல் ஆகாது என்பது இராமகிருஷ்ணர், தம் ஆன்மிகப் புதல்வர்களுக்கு முதலிலிருந்தே வற்புறுத்தப்பட்டது. பலன்? ஆன்மிகம் சார்ந்த அறிவியல் சிந்தனை, அறிவியல் சார்ந்த ஆன்மிகப் போதனை, உலகமெங்கும் மனித சமூகத்துக்குச் சேவை செய்யப் பரிசுத்தமான மனிதமனச் சீடர்களைப் பரப்பி வைத்திருக்கிறது. சந்நியாசிகளின் கடமை, கோயில்களில் பூசை செய்வது, விழா எடுப்பது என்றிருந்த பழைய மரபை மாற்றிப் போட்டார். சந்நியாசிகளின் கடமை, ஏழைகளுக்கு உழைப்பதே. ஏழைகள், தரித்திர வேடம் பூண்டு, உங்களை உயர்த்த வந்துள்ள நாராயணர்கள் என்று உணர வேண்டும். உங்கள் சொந்த மோட்சத்தை நாடுவீர்களானால் அது நரகத்தில்தான் கொண்டு போய்விடும். மற்றவர் களுடைய மோட்சந்தான், நீங்கள் நாடுவதாக இருக்கவேண்டும். இப்புனித

நோக்கம் பரவ, நாம் உழைக்கும் வியர்வையின் ஒவ்வொரு துளியிலிருந்தும் ஒரு பிரம்மாண்டமான, வீர தீரம் படைத்த கடவுளின் ஊழியர் திருக் கூட்டம் ஒன்று அது, எழும் உலகம் அனைத்தையும் புரட்சிகரமாக மாற்றி விடும். இவையனைத்தும் விவேகானந்தர் சீடர்களின் உள்ளத்தில் பாய்ச்சிய வீர வாசகங்கள்.

“ஓர் ஏழையின் வயிற்றுப்பசியைப் போக்காத, ஒரு விதவையின் கண்ணீரைத் துடைக்காத ஒரு கடவுளும், ஒரு மதமும் இருப்பதில் எனக்குச் சம்மதம் இல்லை!” இப்படிக் கூறிய ஒரு துறவியை, “புரட்சித்துறவி” என்று அழைக்காமல் தேசம் எங்கும் சுற்றித் திரியும் ருத்ராட்சப் பூனைகளை, துறவிகள் என்று அழைத்தால், அந்தத் தமிழ்ச் சொல் கண்ணீர் விட்டு அழாதா? யாராவது “நீங்கள் கடவுளுக்குப் பூசை செய்யாமல் மக்களுக்குச் சேவை செய்தால், நிச்சயம் நரகத்துக்குப் போவீர்கள்! என்று உபதேசித்தால் நான் நிச்சயம் நரகத்துக்குப் போகத் தயார் ஆவேன்” - இது அழகிய சங்கப் பெருமான் என்ற சீடருக்குச் சுவாமிகள் அமெரிக்காவிலிருந்து எழுதிய கடித வாசகங்கள்.

யானையைச் சிமிழில் அடைத்து வைத்து அடக்கி வைத்திருப்பது போல், அழுத்தி வைக்கப்பட்டிருந்த வேதாந்த தத்துவங்களை இன்றைய அறிவியல் விளக்கத்தோடு கூடி விவரித்த சுவாமியின் விரிவு அறிவியல் சமுதாயத்தைத் தேனுண்ட வண்டுகள் போல் தயங்கிக் கிடக்க வைத்தது.

அமெரிக்கச் சமுதாயம் பெண்களைக் காதலியாகவும் மனைவி யாகவும் பார்ப்பது. இந்திய சமுதாயம் பெண்களைத் தாயாகவும் சகோதரிகளாகவும் பார்த்து மகிழ்வது. நமது இந்த அற்புதக் கலாச்சார மரபை, இரண்டே இரண்டு சொற்களில் “சகோதர, சகோதரிகளே!” என்று எடுத்ததும் அழைத்து, அமெரிக்க மக்களின் நெஞ்சத்தில் என்றும் அழியாப் பதிவைப் பதித்து விட்ட அந்த ஞானியின் ஞானத்தை எச்சொல் கொண்டு ஏத்துவது? “உலகம் வசுதேவனின் குடும்பம்” என்ற இந்தியத் தத்துவத்தை, இந்தியாவிலிருந்து சென்ற துறவி, “எனது அமெரிக்க சகோதர சகோதரிகளே!” என்று அழைத்து உணர்த்திய அந்த மனிதனின் ஞானச் செழுமையை எவ்வாறு ஏத்துவது? எங்கள் மதம் உயர்ந்தது. அது சிறப்பு மிக்கது பிற மதங்கள் தொட்டு விடாத தூரத்தில் உள்ளன என்று சிகாகோ, அகில உலக ஆன்மிக உலக மாநாட்டு மேடையில் ஒவ்வொரு மதத்தினரும் தொடர்ந்து முழங்கியது கேட்டுச் செவிபுளித்துச் சிந்தை சலித்துப் போயிருந்த மக்களின் முன், “எல்லாம் மதமும் உண்மையானதே” என்று இன்று இந்தியாவிலிருந்து உங்களுக்கு எடுத்துரைக்க வந்திருக்கிறேன் என்று செப்பில் அடித்த சிலைபோல் மேடையில் நின்று காவியுடையோடு தன் உரையைத் தொடங்கிய போது எழுந்த கையொலி, கோடையிலே இளைப்பாறிக் கொள்ளும் வகையில் கிடைத்த குளிர்தரு என்று அவையினர் கருதி மகிழ்ந்ததைச் சொல்லாமல் சொல்லி நின்றது.

மற்றைய தத்துவங்களையெல்லாம் அற்பமாக மதித்து தமது மதக் கருத்தொன்றே உலகில் இருக்க வேண்டும் என்ற வெறித்தனமான எண்ணமே மதவெறியின் ஆணிவேர். எளிதில் எதுவும் பதியக் கூடிய இளைஞர்களிடம் இந்த வெறித்தனம் ஊட்டப்படுகிறது. இது, காரண காரியங்களை, அறியும் தன்மையை விரட்டியடித்து விடுகிறது. இளைஞர் களை, மிருகங்களைப் போல் ஆக்குவது மட்டும் அன்றி, அவர்களை இயந்திர மனிதர்களாகவே பணிபுரிய வைத்து விடுகிறது. பயங்கர வாதம் என்ற இயந்திரத்தின் மறுபெயர் மதவெறி. உலகத்தில் நிகழ்ந்த யுத்தங்களால் அழிந்த மக்கள் தொகையை விட, மதங்களின் பகையால் மடிந்த மக்கள் தொகை அதிகம் என்கிறார்கள். "எம்மதமும் சம்மதம்; நன்மதம்" என்ற சர்வ சமய சமரசக் குரலை வருங்கால உலகம் வாழத் தொடங்குங்கள் என்று மேலைநாட்டு மக்கள் செவியில் பாய்ச்சிய மங்கல நாதம் நம்பெருமானார் உடையது.

சடாமுடியும் தனித்த உடையும் ஆன்மிகவாதியின் அடையாளம் ஆகத் தேவையில்லை. மக்களைவிட்டு ஒதுங்கி, காடு வனங்களில் மலைகளில் தனித்து வாழ்வது ஆன்மிகம் என்று சமுதாயத்தில் ஆழப் பதிந்திருந்த நிலையில், அதனை மறுத்து எதிர்த்து எதிர்க்குரல் எழுப்பி வென்றார் நம்பெருமானார்.

மக்களின் நடுவே, அவர்கள் சுகத்திலும் துயரிலும் சம பங்கு கொண்டு வாழ்வது ஆன்மிகம் என்று தெய்வீக வாழ்வுக்குப் புதிய அத்தியாயத்தைத் துவக்கி வைத்தன பெருமானின் பொற்கரங்கள். இறைவன் தனியாக மக்களைவிட்டு, வனங்களிலோ, வாடகைத் தனியிருப்பு அமைத்து வாழ்வதை அவன் விரும்புவதே இல்லை. மக்கள் வாழுமிடத்தில், மக்களோடு மக்களாய், அவர்கள் மனத்தோடு மனமாய், இறைவன் வாழ்வதைக் காண்பதே உண்மையான ஆன்மிகநெறி.

பேரண்டங்களையும் கடந்து, அகிலாண்டகோடி பிரம்மாண்ட நாயகன் என அவனைப் பெரிதினும் பெரிதாக்கி, அரிதினும் அரிதாக்கி, கைலாயமும் வைகுந்தமும் பரமண்டலமும், சுவன்னபுரியும் இங்கில்லை வானங்கடந்த மகத்தான தொலைவுடையவை எனக் காட்டி சமயவாதிகள் அச்சுறுத்தி வைத்திருந்த இறைவன் இருப்பிடத்தைக் கண்ணருகே கண்டு மகிழ்ந்த இவரின் குருதேவர் இவருக்கு அவர் இறைவனைக் காட்டியும் மகிழ்ந்தார்.

மக்கள் ஓரிடத்தில் ஒரு காலத்தில்தான் இருக்க முடியும். இதற்கு மாறாக, எங்கும் இருப்பவன் இறைவன். இறை என்ற சொல்லுக்கே எங்கும் இருப்பவன் என்பதே பொருள்.

எல்லா இடத்திலும் இருப்பவன் நம் உள்ளத்துள்ளும் இருக்கிறான். தியானம் செய்து பார்! தெரியும் என்று பெருமானுக்குக் குருதேவர்

வழிகாட்டினார். (இறுத்தல் - எல்லா இடத்திலும் உறைந்திருத்தல்) அதனை ஐயமற உணர்ந்தார் அனுபவத்தால் சுவாமிகள். நமக்குள்ளேயே கைக்கெட்டும் தூரத்தில் இருக்கும் இறைவனை எங்கெங்கோ தேடி அலையும் மனிதர்களின் பேதைமையை என் என்பது?

"நெக்கு நெக்கு நினைபவர் நெஞ்சமோ
புக்குநிற்கும் பொன்னார் புண்ணியன்" - அப்பர் பெருமான்

"கோயில் முழுதும் கண்டேன் - உயர்
கோபுரம் ஏறிக் கண்டேன்!
தேவாதிதேவனை நான்
தேடியும் கண்டிலனே!
உள்ளத்தில் உள்ளானடீ!-இதை நீ
உணர வேண்டுமடீ!
உள்ளத்தில் உள்ளவன் எனில் - கோயில்
உள்ளேயும் உள்ளான் அடி" - கவிமணி

என்பதற்கேற்ப, மாசு மறுவற்ற நெஞ்சிற் குடியிருக்கும் இறைவனை, மாசற்ற இராமகிருஷ்ணர் நெஞ்சந்திறந்து மாசற்ற விவேகானந்தர் என்ற சீடருக்குக் காட்டினார். அந்தச் சீடர் (விவேகானந்தர்) தன் அனைத்துச் சீடர்களுக்கும் காட்டினார்.

தியானத்தால், தியாகத்தால் உள்ளக்கதவைத் திறந்து இருவரும் இறைவனைக் கண்டு மகிழ்ந்தவர்கள். உரையாட உவந்தவர்கள்.

பெண்மையின் ஒப்பற்ற தியாக வாழ்வை, சுவாமிகள் உணர்ந்து உணர்த்தியவாறு வேறு இன்னொருவரால் உணர்த்த இயலுமா? "பாரநாட்டில் இருபெரும் பாவங்கள் உள்ளன. ஒன்று பெண்களை மதித்து உயர்த்தாமல் அவர்களை மிதித்து நசுக்கியது. மற்றும் ஒன்று ஜாதி ஜாதி என்று ஏழைகளைக் கசக்கிப் பிழிந்தது."

"இந்த இரு இனத்தார்க்கும் கல்விக் கண்ணைப் பிடுங்கியது மாபெரும் பாவம். பெண்கள் கல்வியும் ஞானமும் அடைவதற்குத் தகுதியில்லாதவர்கள் என்று எந்த சாஸ்திரத்தில் உள்ளது? இந்தியா நலிவுற்றிருந்த காலத்தில் புரோகிதர்கள் செய்த வேலை இது. மற்ற ஜாதியினர் வேதங்களைப் படிக்கக் கூடாது என்று மறுத்த காலத்தில், பெண்களின் உரிமைகளையும் அவர்கள் பறித்துக் கொண்டார்கள்." பெண் குலம் சிறப்படையாமல், உலகிற்கு நல்ல காலம் என்பது ஒரு போதும் கிடையாது. ஒரே இறக்கையுடன் ஒரு பறவை பறக்கவே முடியாது. எந்த நாடு, எந்த இனம் பெண்களை மதிக்கவில்லையோ, எங்கே அவர்கள் துயரத்தோடு வாழ்கிறார்களோ, அந்த நாடும், குடும்பமும் உயர்வடைவதற்கான வாய்ப்பே இல்லை. அடையவும்

செய்யாது. உங்கள் இனம் இவ்வளவு இழிவடைந்ததற்கான முக்கிய காரணம், பெண்களுக்கு நீங்கள் உரிய மரியாதை அளிக்காததுதான்.

முதலில் உங்கள் பெண்களுக்குக் கல்வி அளியுங்கள். பிறகு அவர்களை விட்டு விடுங்கள். தங்களுக்கு என்னென்ன சீர்திருத்தங்கள் தேவை என்று அப்போது அவர்கள் கூறுவார்கள். தேவை ஏற்பட்டால் ஒவ்வொரு பெண்ணும் சுயமாகச் சம்பாதித்துக் கொள்ள வேண்டும். அதற்குரிய கல்வியை அளியுங்கள்.

எந்த ஜாதியைச் சார்ந்தவராக இருந்தாலும் யாராக இருந்தாலும், பெண்கள் என்றால், அவர்களை ஆதிபராசக்தியாகவே கொண்டாட வேண்டும் என்று எங்கள் குருதேவரிடமிருந்து நாங்கள் கற்றுக் கொண்டோம். பெண்மை பெறவேண்டிய பெரும்பங்கை, உலகில் எந்தத் துறவியாவது கூறியுள்ளாரா? என்ற வினாவிற்கு, இல்லை என்ற விடை யையே எவரும் இயம்ப வேண்டிய நிலையே இதுவரையிலும்!

சீதையை இந்தியப் பெண்மையின் இலட்சிய வடிவாக விவேகானந்தப் பெருமான் உலகுக்குக் காட்டுகிறார். "நல்லது என்று கருதக் கூடிய எதற்கும், தூய்மை என்று எண்ணக்கூடிய எதற்கும், புனிதம் என்று பாராட்டக் கூடிய எதற்கும், உயர் பெண்தகைமை என்று பாராட்டக்கூடிய எதற்கும், சீதையின் பெயர் சான்றாகத் திகழ்கிறது.

"இந்தியப் பெண்கள் அனைவரும் சீதையின் குழந்தைகள். சீதையைப் போல் திகழ்வதற்கே அவர்கள் முயல்கிறார்கள்."

"பொறுமைக்கு எல்லையாக, துயரின் உருவாக, கற்புக்கரசியாக, மாசிலா இல்லற மங்கையாகச் சீதை காட்சியளிக்கிறாள்."

"தனக்குத் தீமை செய்தவர்களுக்கும் அவள் ஒரு போதும் தீமை செய்யவில்லை. சீதை ஓர் உண்மையான இந்தியத் திருநாட்டுப் பெண்மணி யாகவே திகழ்கிறாள். உலகம் முழுவதும் உள்ள கடந்த கால இலக்கியங் களை அலசிப் பாருங்கள். எதிர்கால இலக்கியங்களையும் முடிந்தால் ஆராயுங்கள்".

"இன்னொரு சீதையை நீங்கள் காண முடியாது. ஒருவேளை, இராமர்கள் பலர் இருக்கலாம். இரண்டாவதாக இன்னொரு சீதையை நீங்கள் காண முடியாது. இந்தியப் பெண்மை வார்க்கப்பட வேண்டிய அச்சு அவள். துன்ப வாழ்வை ஒருசிறு முணுமுணுப்பும் இல்லாமல், தாங்கித் துயரப்பட்டவள். அவள் கற்பின் திருவுரு; தூய்மையின் உறைவிடம்; அவள் மக்களின் லட்சியம்; தேவர்களின் லட்சியம்; அந்த மகத்தான சீதை நம் தேசிய தேவியாக எப்போதும் நிலைத்து வாழ்வாள்".

நம் புராணங்கள் மறையலாம்; வேதங்கள் அழியலாம். இந்த நாட்டில் சீதை அனைவரின் நெஞ்சில் நீங்காமல் வாழ்வாள். நாம் எல்லாம் சீதையின் குழந்தைகள். சீதையின் அடியொற்றியே நம் பெண்கள் வளர வேண்டும்; முன்னேற வேண்டும். அது ஒன்றே வழி. உலகிலேயே பெண் களுக்கு இணையற்ற மரியாதை அளித்த இனம் சீதையைத் தோற்றுவித்த இனம் என்ற பெருமை, பெருமிதம் நமக்கு என்றும் இருக்கும்.

சீதையைப் பற்றி எண்ணும் போதெல்லாம் நம் விவேகானந்தப் பெருமானுக்கு, நெஞ்சில் ஆனந்தப் பரவசம் பொங்கி அலையடிக்கிறது. வார்த்தைகள் பேரின்பத் துண்டாகச் சிதறிச் சிதறி வந்து விழுகின்றன! ஆனந்த அலை, கற்கும் நம் உள்ளத்திலும் பொங்கி எழுகிறது.

விவேகானந்தப் பெருமான் 39 ஆண்டுகளே வாழ்ந்து, 3000 ஆண்டுகளுக்குத் தேவையான செய்திகளை, உலகிற்கு வழங்கிவிட்டுப் போயுள்ளார். இந்திய தேசம் தான் அவருக்குக் கோயில். இந்திய மக்கள் தான் அவர் வணங்கிய தெய்வங்கள். சுவாமிகளின் நூல்களைப் படித்த பின் என் தாய் நாட்டின் மீதிருந்த பெருமை தேசபக்தி ஆயிரம் மடங்கு பெருகியுள்ளது என்றார் நம் தேசப்பிதா காந்தியண்ணல்.

தரித்திர நாராயணா என்ற சொல்லை முதன் முதலில் உருவாக்கி யவர் சுவாமி விவேகானந்தர். அதை மக்களுக்குப் பரப்பி வழங்கியவர் மகாத்மா காந்திஜி என்பார் வினோபாவே. சுவாமி விவேகானந்தர் நம்முடைய வலிமைகளை, பெருமைகளை நாம் உணருமாறு செய்தவர். அதே சமயத்தில் நம் குற்றங்களைக் குறைகளைத் தெளிவாக எடுத்துக் காட்டிய வரும் அவரே என்று சுவாமிகளைக் கணித்தவர் வினோபா அடிகள்.

“சுவாமி விவேகானந்தரைப் பற்றி எத்தனை எத்தனை எடுத்துக் கூறினாலும் எனக்கு வாய் நோவதில்லை. நா தளர்ச்சி அடைவதில்லை. இரவு பகல் எண்ணற்ற நாட்கள் அவரைப் பற்றி எழுதிக் கொண்டே போனாலும் என் கை சலிப்பதில்லை. எங்கிருந்தோ எனக்கே தெரியாமல் ஒரு புதிய சக்தி வந்தடைவதை நான் உணர்கிறேன் என்று இயம்பிப் போனவர் வீரமுரசு. தேசபக்த திலகம் என்று தேச பக்தர்களால் போற்றப்படும் சுப்பிரமணிய சிவா.

தேவலோகத்துக் கங்கையை மண்ணுலகத்திற்கே கிடைக்கச் செய்தவன் பகீரதன். இராமகிருஷ்ணர் என்ற தெய்வீகக் கங்கையை உலகம் முழுவதற்கும் ஆன்மிகப் பாசனம் கொண்டு வந்த நவீன பகீரதன் விவேகானந்தர் என்று போற்றியவர், 64-ஆவது நாயன்மார்களில் ஒருவராகப் போற்றப்படும் திருமுருக கிருபானந்த வாரியார் சுவாமிகள்.

“பகவான் இராமகிருஷ்ணரின் அமுதமொழிகள்” என்ற நூலை உள்ளங்கையில் ஏந்தியிருந்தால் அந்தக் கைகள் உள்ளங்கையில் இருக்கும்

சுவாமி விவேகானந்தர் ஒரு பன்முகப்பார்வை   23

தபோவனம். உள்ளங்கையில் இருக்கும் திருக்கோயில். யாருடைய கரங்கள் அந்தப் புனித நூலைப் பிடித்திருக்கின்றனவோ, அந்தக் கரங்கள் இறைவனுடைய திருவடித் தாமரைகளைப் பற்றிக் கொண்டிருக்கின்றன என்று முன்னாள் மைசூர்ப் பல்கலைக்கழகத் துணைவேந்தர் ஞானபீடப் பரிசு பெற்ற அறிஞர் கு. வேம்பு கூறியுள்ளார்.

இதே புகழ் மொழிகள், விவேகானந்தப் பெருமானின் நூல்களைப் பிடித்துள்ள கரங்களுக்கும் நூற்றுக்கு நூறு பொருந்தும். இராமகிருஷ்ணர் என்னும் அன்பில் விளைந்த அமுதம் அல்லவா நம்பெருமான்? இந்தியாவைப் பற்றித் தெரிய வேண்டுமா? அப்படியென்றால், விவேகானந்தரைப் படியுங்கள் என்றார் யோகி அரவிந்தர்.

நாம் இப்படியும் சொல்லலாம்: உலக அமைதிக்கு வழி தெரிய வேண்டுமா? ஆன்மிகம் என்றால் என்ன? என்று அறிய வேண்டுமா? அதற்குப் பாரதம் காட்டிய வழிகள் தெரிய வேண்டுமா - விவேகானந்தரைப் படியுங்கள்.

உ. விவேகமிக்க விவேகானந்தர்

–பேராசிரியர் மீ. ஜெயப்பிரகாஷ்
மேனாள் வரலாற்றுத்துறைத் தலைவர்
என்.ஜி.எம். கல்லூரி
பொள்ளாச்சி

தை பிறந்தால் வழி பிறக்கும் என்பது தமிழர்களின் நம்பிக்கை. 1863-ஆம் ஆண்டு தை பிறந்தபோது தமிழகத்துக்கு மட்டுமல்ல, இந்தியா முழுமைக்குமே வழி பிறந்தது. ஏனென்றால் அன்றுதான் விவேகானந்தர் என்னும் ஒளி பிறந்தது. தனக்குத் தனக்கு என மனித இனம் வாழ்கின்ற இவ்வுலகில், பிறர்க்குப் பிறர்க்கு என வாழ ஒரு பிள்ளை பிறந்தது. அறியாமை இருளில் சிக்கி உறங்கிக் கொண்டிருந்த இந்திய மக்களைத் துயிலெழுப்ப ஒரு இளஞ் சூரியன் உதயமானது.

ஒரு குழந்தை பிறக்கும்போது அதற்கு எதுவுமே தெரியாது என நாம் நினைக்கிறோம். அந்தக் குழந்தையும் தனக்கு எதுவுமே தெரியாதது போல அமைதியாக இருக்கிறது. ஆனால் அக்குழந்தையின் மூளையின் உட்செல்களுக்குள் அது இதற்குமுன் எத்தனையோ பிறவிகளில் சேகரித்த அறிவும், அதனுடைய மூதாதையர் சேகரித்த அறிவும், தாய் தந்தையர் சேகரித்த அறிவும் அடங்கி ஒடுங்கி முடங்கிக் கிடக்கின்றது. அக்குழந்தை வளர்ச்சியடையும்போது அது இப்பிறவியில் சேகரிக்கின்ற அறிவோடு அதனுடைய முந்தைய அறிவும் சேர்ந்து வெளிப்படுகின்றது. எனவே நாம் இப்பிறவியில் சேகரிக்கின்ற அறிவு நம்மோடு அழிந்து விடுமோ என அஞ்சத்தேவையில்லை. நம் சந்ததியினர் வாயிலாக அது கால காலத்துக்கும் வெளிப்பட்டுக் கொண்டிருக்கும் என்று சுவாமி சித்பவானந்தா அவர்கள் **திருவாய் மலர்ந்தருளியிருக்கின்றார்கள்.** விவேகானந்தரும், இப் பிறவியில் சேகரித்த அறிவும் முற்பிறவியில் சேகரித்த அறிவும் மூதாதையர் சேகரித்த அறிவும் ஆகிய இம்மூன்றின் மொத்த வடிவமாகத் திகழ்ந்தார்.

விளையும் பயிர் முளையிலே தெரியும் என்பதற்கேற்ப சிறு வயது முதலே விவேகானந்தர் வீரம் செறிந்த நெஞ்சினராகத் திகழ்ந்தார். அஞ்சுதல் என்பது அவர் நெஞ்சில் கொஞ்சமும் இல்லை. பக்கத்துத் தெருவில் இருந்த நண்பன் ஒருவன் வீட்டுக்கு விளையாடச் செல்வது அவரது வழக்கம்.

வீட்டுக்கு முன்னால் இருந்த பெரிய மரமொன்றில் அவரும் மற்ற சிறுவர்களும் உச்சிவரை ஏறி விளையாடுவார்கள். இதனைக் கண்ணுற்ற அவ்வீட்டுப் பெரியவர் அவர்களைப் பயமுறுத்த எண்ணி, "இந்த மரத்தில் ஒரு பிரம்மராட்சசன் குடியிருக்கிறான். மரத்தில் ஏறி விளையாடுபவர்களின் தலையை அவன் கிள்ளி எறிந்து விடுவான்" என்று கூறினார். மற்ற சிறுவர்கள் அஞ்சி நடுங்கினர். ஆனால் விவேகானந்தர் அப்பெரியவரைப் பார்த்து, "இதற்கு முன் எத்தனையோ முறை நாங்கள் இந்த மரத்தில் ஏறி விளையாடியிருக்கிறோமே, பிரம்மராட்சசன் எங்கள் தலையைக் கிள்ளவில்லையே" என்று கேட்டுவிட்டு மீண்டும் மரத்திலேறி விளையாடத் தொடங்கினார். அவரின் அறிவுக் கூர்மையையும் அஞ்சா நெஞ்சத்தையும் அப்பெரியவர் வெகுவாகப் பாராட்டினார்.

சிறுவனாக இருந்த விவேகானந்தர் வளர்ந்து வாலிப வயதை அடைந்தார். அவருக்குத் திருமணம் செய்து வைக்க அவரது பெற்றோர்கள் முடிவு செய்தனர். ஆனால் திருமணம் செய்து கொள்ள விவேகானந்தர் அறவே மறுத்து விட்டார். பொதுத் தொண்டு என்னும் தன்னுடைய கொள்கைக்குத் திருமணம் பெரிய தடையாக அமைந்துவிடும் என்று கருதினார். தன்னை அழித்துக் கொண்டு பிறர்க்கு ஒளிதரும் மெழுகு திரியாக இருக்கவே அவர் மனம் விரும்பியது. பொதுநலமே பெரிதென வாழ்ந்த உலகப் பெரியவர்களில் பலர் திருமணம் செய்து கொண்டவர்கள். புத்தர், மகாவீரர், நபிகள் நாயகம், இராமலிங்க வள்ளலார், இராமகிருஷ்ண பரமஹம்சர், காந்தியடிகள் அனைவருமே திருமணம் ஆனவர்கள். ஆனால் இயேசுநாதருக்கு அடுத்தபடியாகத் திருமணம் செய்து கொள்ளாமல் தன் வாழ்நாள் முழுவதையும் உலக நலனுக்காக அர்ப்பணித்த ஒரு உயர்ந்த மனிதர் விவேகானந்தர்.

திருமணம் செய்துகொள்ள மறுத்துவிட்ட விவேகானந்தர் ஒரு வண்டியோட்டியாகத் தன்னுடைய வாழ்க்கையை அமைத்துக் கொள்ள ஆசைப்பட்டார். வண்டியோட்டியை அனைவரும் அண்டிப் பிழைக் கின்றனர் என்றும், அவனது தயவு அனைவருக்கும் தேவைப்படுகிறது என்றும் அவர் கருதினார். ஆனால் உலகம் செய்த தவப்பயனோ என்னவோ தன்னுடைய எண்ணத்தைக் கைவிட்டு விட்டார். என்றாலும் அவர் கொண்ட ஆசை வீண் போகவில்லை. பிற்காலத்தில் உலக மக்களை ஞானரதம் ஏற்றி அறிவுச் சுற்றுலா அழைத்துச் செல்லும் மாய வண்டிக் காரனாக அவருடைய வாழ்க்கை அமைந்தது.

விவேகானந்தர் மனதில் மெல்ல மெல்ல கடவுளைப் பற்றிய சிந்தனை வளர்ந்தது. கடவுளை நேரில் கண்டவர்கள் யாரேனும் உளரா எனத்

26 சுவாமி விவேகானந்தர் ஒரு பன்முகப்பார்வை

தெரிந்து கொள்ள ஆசைப்பட்டார். பிரம்ம சமாஜம் என்ற அமைப்பின் தலைவராகத் திகழ்ந்த கேசவ சந்திரசேனர் என்பாரிடமும், இரவீந்திரநாத் தாகூரின் தந்தையாகிய தேவேந்திரநாத் தாகூரிடமும் சென்று, "தங்கள் வாழ்நாளில் கடவுளை நேரில் காணும் பாக்கியம் கிட்டியதுண்டா?" என்று கேட்டார். இருவரும் இல்லை என்று கூறினர். மேலும் பலரிடம் இதே கேள்வியைக் கேட்டார். ஆனால் 'ஆம்' என்ற பதில் யாரிடம் இருந்தும் வரவில்லை.

விவேகானந்தரின் ஆர்வத்தைப் புரிந்து கொண்ட அவரது நண்பர்கள் அவரிடம், "கங்கைநதி தீரத்தில் கல்கத்தா மாநகரில் தட்சிணா மூர்த்தி ஆலயம் ஒன்று இருக்கிறது. அங்கே இராமகிருஷ்ண பரமஹம்சர் என்னும் பெரியவர் எழுந்தருளியிருக்கின்றார். அவரிடம் சென்று கேட்டால் எங்கள் கேள்விக்கு ஒருவேளை விடை கிடைக்கக் கூடும்" என்றனர். விவேகானந்தர் அங்கே விரைந்தார். பரமஹம்சரைப் பார்த்து, "கடவுளை நேரில் கண்டிருக்கிறீர்களா?" என்று ஆர்வத்துடன் வினவினார். அதற்குப் பரமஹம்சர், "கடவுள் காணத்தக்க ஒரு பொருள் அல்ல; ஆனால் அவரை உணர முடியும்" என்று பதிலளித்தார். "விளக்கம் தேவை" என்று விவேகானந்தர் கேட்க, பரமஹம்சர் தொடர்ந்தார்: "கல்வியைப் பார்க்க முடியாது; ஆனால் கல்வி கற்றவர்களைப் பார்க்கலாம். வீரத்தைப் பார்க்க முடியாது; வீரம் மிக்கவர்களைப் பார்க்கலாம். ஒழுக்கத்தைப் பார்க்க முடியாது; ஒழுக்கம் நிறைந்தவர்களைப் பார்க்கலாம். அதுபோலவே கடவுளைப் பார்க்க முடியாது; கடவுள் அம்சம் பொருந்தியவர்களைப் பார்க்கலாம். உயர்ந்தவர்கள் வடிவில், உத்தமர்கள் வடிவில், சான்றோர்கள் வடிவில் தனக்கென வாழாமல் பிறர்க்கென வாழும் புனிதர்கள் வடிவில் அவரைக் காணலாம்."

பரமஹம்சரின் பதில் விவேகானந்தருக்கு மிகவும் பிடித்து இருந்தது. தீராத சந்தேகத்தைத் தீர்த்து வைத்த அவரைக் குருவாக ஏற்றுக் கொண்டார். தன்னுடைய சிந்தனைத் திறத்தால் குருநாதரைக் கவர்ந்து தலைமைச்சீடர் என்னும் அந்தஸ்தைப் பெற்றார். பரமஹம்சர் மரணமடையும் தறுவாயில் விவேகானந்தரை அருகில் அழைத்து அவர் காதோரமாக மெல்லிய குரலில், "எதிர்காலத்தில் பல உயர்ந்த காரியங்களை நீ சாதிப்பாய் என்று என் மனதுக்குப்படுகிறது" என்று சொன்னார். அவர் சொன்னது சொன்னபடி நடந்தது.

பரமஹம்சரின் மறைவுக்குப் பிறகு அவரது பணிகளை விவேகானந்தர் தொடர்ந்து செய்து வந்தார். சில ஆண்டுகள் கழிந்தன. இந்தியா முழுவதும் சுற்றுப் பயணம் மேற்கொள்ள அவர் மனம் விரும்பியது. அதன்

விளைவாக, காசி முதல் கன்னியாகுமரி வரை அந்த அறிவுச் சூரியன் உலா வந்தது. தேர்ந்த சிந்தனையும் தெளிவான வார்த்தைகளும் பெற்றிருந்த அவருக்குச் சென்றவிட மெல்லாம் சிறப்பான வரவேற்பு கிடைத்தது. அரசன் முதல் ஆண்டி வரை, படித்தவன் முதல் பாமரன் வரை, பணக்காரன் முதல் பரம ஏழை வரை அவரது பாதங்களைத் தொட்டு வணங்கிப் பரவசம் எய்தினர். "மன்னர்க்குத் தன் தேசமல்லால் சிறப்பில்லை, கற்றோர்க்குச் சென்றவிடமெல்லாம் சிறப்பு" என்று ஔவை சொன்னது உண்மையாகி விட்டது.

விவேகானந்தர் என்னும் சொல்லில் விவேகம், ஆனந்தம் என்னும் இரண்டு வார்த்தைகள் அடங்கியிருக்கின்றன. விவேகம் உடையவர்கள் தங்கள் கருத்து வளத்தால் தங்களை நாடி வருபவர்களுக்கு ஆனந்தத்தை அளிப்பார்கள். அவர்களின் சந்தேகத்தைப் போக்கி, சஞ்சலத்தை நீக்கி வாழ்வாங்கு வாழவைப்பார்கள். இவர்களைச் சுற்றி இருப்பவர்கள் எப்போதும் மகிழ்ச்சி வெள்ளத்தில் மிதந்து கொண்டிருப்பார்கள். விவேகானந்தரும் தன் பெயருக்கேற்ப, கோடானு கோடி மக்களுக்கு ஆனந்தத்தை அள்ளி வழங்கிய வண்ணம் தான் பிறந்த திருநாட்டில் பவனி வந்தார்.

பயணத்தின்போது விவேகானந்தரிடம் மூன்று முக்கிய கேள்விகள் கேட்கப்பட்டன. "அறிவுப் பிரச்சாரம் செய்துவரும் தாங்கள் காவியுடை அணிந்திருக்கிறீர்களே, மற்ற உடைகள் இப்பணிக்குத் தடையா?" என்பது முதல் கேள்வி. விவேகானந்தர், "காவியாடை எளிய ஆடை. இதனை நான் அணிந்திருப்பதால் பலரும் என்னை நாடி வருகின்றனர். ஆடம்பர ஆடையை அணிந்திருந்தால் ஒரு சிலர் மட்டுமே என்னை நெருங்கி வருவர். எனவே அனைவரையும் ஈர்க்கத் தக்க இவ்வாடையை நான் விரும்பி அணிந்திருக்கிறேன்" என்று பதிலுரைத்தார். பிற்காலத்தில் காந்தியடிகள் மக்களைக் கதராடை அணியும்படி வேண்டினார்; தானும் அணிந்தார். விவேகானந்தர் விரும்பியது காவியாடை; காந்தியடிகள் விரும்பியது கதராடை; இருவருமே விரும்பியது எளிய ஆடை. "அறிவில் வலிமை, ஆடையில் எளிமை" என்பது இவ்விரு பெரியவர்களின் சீரிய கொள்கையாகும்.

விவேகானந்தரிடம் கேட்கப்பட்ட இரண்டாவது கேள்வி, "எளிமையை விரும்பும் தாங்கள் மன்னர்களின் அரண்மனைகளிலும் பிரபுக்களின் மாளிகைகளிலும் மாதக் கணக்கில் தங்குகிறீர்களே?" என்பதாகும். அதற்கு விவேகானந்தர், "ஒரு மன்னனை நல்வழிப்படுத்தி விட்டால் அவன் மூலம் ஆயிரக்கணக்கான மக்களை நல்வழிப்படுத்த

28 சுவாமி விவேகானந்தர் ஒரு பன்முகப்பார்வை

இயலும். இது கருதியே அவர்களின் இல்லங்களில் தங்குகிறேன்; வசதி கருதியல்ல" என்று விளக்கமளித்தார்.

மூன்றாவது கேள்வியை விவேகானந்தரிடம் கேட்டவர் ஆள்வார் சமஸ்தானத்தின் மன்னர். அவர், "கல்லாலும் மண்ணாலும் உலோகத் தாலும் செய்யப்பட்ட சிலைகள் கடவுளாகி விடுமா? அவை வணங்கத் தக்கவையா?" என்று கேட்டுவிட்டுக் கேலியாகச் சிரித்தார். விவேகானந்தர் அருகில் இருந்த திவானிடம் மன்னரின் படமொன்றைக் கொணரச் செய்து அதன்மீது எச்சில் உமிழும்படிப் பணித்தார். அதற்குத் திவான் மறுத்தார். உடனே விவேகானந்தர், "படத்தில் இருப்பது மன்னரல்ல; ஆனாலும் அதனை மன்னனாகவே மக்கள் கருதுகிறார்கள். அது போலவே சிலைகள் தெய்வங்கள் அல்ல; என்றாலும் அவைகளைக் காணும் போது மக்கள் தெய்வத்தை நினைத்துக் கொள்கின்றனர்" என்று புன்னகையுடன் பதிலளித்தார். மன்னரின் செருக்கு அடங்கியது. மாமனிதரின் பாதங்களைத் தொட்டு வணங்கி விட்டு அங்கிருந்து அகன்றார்.

தன்னுடைய இந்தியப் பயணத்தின் இறுதிக் கட்டமாக விவேகானந்தர் தமிழகத்தை அடைந்தார். கன்னியாகுமரி வரை சென்றார். கடல் நடுவே இருந்த பாறையில் அமர்ந்து கண் மூடி தியானம் செய்தார். பாரதத் தாயின் திருவடிகளைத் தொட்டு வணங்கிய சிலிர்ப்பு அவருக்கு ஏற்பட்டது. தமிழகத்தில் இருந்த போது விவேகானந்தருக்கு ஒரு தித்திப்பான செய்தி கிடைத்தது. அமெரிக்காவில் உள்ள சிகாகோ நகரில் சர்வமத மாநாடு ஒன்று நடைபெறவிருக்கிறது என்பதே அச்செய்தியாகும். விவேகானந்தரின் நண்பர்கள் அவர் அந்த மாநாட்டில் கலந்து கொள்ள வேண்டும் என்றும் இந்து மதத்தின் பெருமையைப் பாரறியச் செய்ய வேண்டும் என்றும் கேட்டுக் கொண்டதோடல்லாமல், அவர் பயணத்திற்கான நிதியையும் திரட்டித் தந்தனர். வாய்ப்பைப் பயன்படுத்திக் கொண்டு அந்த ஞானப் பறவை அமெரிக்கா நோக்கிச் சிறகடித்தது.

1893-ஆம் ஆண்டு செப்டம்பர் திங்கள் 11-ஆம் நாள் சர்வமத மாநாடு துவங்கியது. தலைவர் முன்னுரைக்குப் பின், ஒரு சில பேச்சாளர்கள் பேசியபின், விவேகானந்தரின் முறை வந்தது. அந்த வீரத்துறவி, காவியுடை யணிந்த வேதாந்த கேசரி மேடையில் ஏறிக் கம்பீரமாக நின்றார். "அமெரிக்க நாட்டுச் சகோதரர்களே சகோதரிகளே" என்று அவர் ஆரம்பித்ததும் மண்டபம் முழுவதும் மின்னல் அடித்தது மாதிரி இருந்தது. "சீமான்களே சீமாட்டிகளே" என்ற வார்த்தைகளைக் கேட்டுக் கேட்டுப் புளித்துப் போயிருந்த அமெரிக்க மக்களின் காதுகளில் "சகோதரர்களே சகோதரிகளே"

என்னும் வார்த்தைகள் தேனாகப் பாய்ந்தன. "நான் சார்ந்துள்ள இந்து மதத்தின் பெயராலும், அம்மதத்தை வளர்க்க அரும் பாடுபட்ட எண்ணற்ற மகரிஷிகள், ஞானிகளின் பெயராலும், கோடானு கோடி இந்திய மக்களின் பெயராலும் உங்களுக்கு வந்தனம் செலுத்துகிறேன்." கரகோஷம் விண்ணைப் பிளந்தது. தொடர்ந்து விவேகானந்தர் இந்து மதத்தின் பெருமை, அம்மதத்தின் உயிர்க் கொள்கையாகிய ஆன்மக் கொள்கை, விக்ரக வழிபாட்டின் உண்மையான பொருள் அனைத்தையும் விளக்கிக் கூறினார். மதங்களின் சமத்துவத்தையும் அகில உலக சகோதரத் துவத்தையும் வலியுறுத்தினார். ஓர் ஊரையடைய பல வழிகள் இருப்பது போல் இறைவனையடைய பல மதங்கள் எழுந்தன என்றும், எவ்வழியாகச் சென்றாலும் ஊரை அடைவது போல எம்மதத்தைப் பின்பற்றினாலும் இறைவனை அடையலாம் என்றும், எனவே மதங்களுக்குள் ஏற்றத்தாழ்வு இல்லை என்றும் எடுத்துக் கூறினார். உலகின் பல்வேறு பகுதிகளில் பிறந்துவிட்ட மக்கள், தக்கத் தொடர்பின்மையால் பல்வேறு கலாச்சாரங் களை வளர்த்துக் கொண்டு பிரிந்து வாழ்கின்றனரேயன்றி, உண்மையில் அவர்கள் அனைவரும் சகோதரர்களே என்னும் உண்மையினையும் மாநாட்டுக்கு வந்திருந்தவர்களின் மனங்களில் பதிய வைத்தார். மொத்தம் 17 நாட்கள் நடைபெற்ற மாநாட்டில் விவேகானந்தர் 12 முறை பேசினார். இதுபோன்ற வாய்ப்பை இவர் ஒருவரே பெற்றார்.

விவேகானந்தரின் பெருமை காட்டுத் தீ போல அமெரிக்கா முழுவதும் பரவியது. ஆயிரமாயிரம் இளைஞர்கள் அவரது சீடர்களாயினர். எங்கு சென்றாலும் அவருக்கு வரவேற்பு, உபசரிப்பு. கௌரவிப்பு. நூற்றுக் கணக்கான கூட்டங்களில் பேசிவிட்டு, இராமகிருஷ்ண மடத்தின் கிளைகளை அமெரிக்காவின் முக்கிய நகரங்களில் நிறுவிவிட்டு, பின் இங்கிலாந்து சென்றார். அங்கும் அறிவுப் பிரச்சாரமும் ஆன்மீகப் பிரச் சாரமும் செய்தார். ஐந்து ஆண்டு காலம் மேலை நாடுகளில் வெற்றிப் பயணம் செய்து விட்டுத் தாயகம் திரும்பினார்.

விவேகானந்தர் வந்த கப்பல் இராமேஸ்வரத்தில் வந்து நின்றது. "ஈன்றபொழுதில் பெரிதுவக்கும் தன் மகனைச் சான்றோன் எனக்கேட்ட தாய்" என்பதற்கிணங்க, புகழ் மகுடம் தாங்கி வந்திருந்த தன் திருமகனைக் கண்டு இந்தியத் தாய் ஆனந்தக் கண்ணீர் உகுத்தாள். கப்பலில் இருந்து விவேகானந்தர் இறங்கியதும் மக்கள் மகிழ்ச்சி ஆரவாரம் செய்து அவரை வரவேற்றனர். அவரை ஒரு தேரில் உட்கார வைத்து வடம் பிடித்து இழுத்துச் சென்றனர். மக்களோடு மக்களாக இராமநாதபுரத்து மன்னனும் தேரை யிழுத்துச் சிறப்புப் பெற்றான். மன்னனும் மாசறக் கற்றோனும் சீர்தூக்கின் மன்னரில் கற்றோர் சிறப்புடையர் என்று ஔவை மூதாட்டி சொன்னது பொய்யாகவில்லை.

30 சுவாமி விவேகானந்தர் ஒரு பன்முகப்பார்வை

இந்தியா முழுவதும் விவேகானந்தர் மீண்டும் சுற்றுப் பயணம் மேற்கொண்டார். ஆயிரமாயிரம் மக்களை, குறிப்பாக இளைஞர்களைச் சந்தித்து அவர்களின் நெஞ்சங்களில் எழுச்சியை ஊட்டினார். "உழைப்பு உழைப்பு, இதுவே உங்களுக்கு நான் விடுக்கும் அழைப்பு" என்று முழங்கினார். "தன்னம்பிக்கை மிக்க 50 இளைஞர்கள் என்னிடம் வாருங்கள்; புதியதொரு இந்தியாவை உருவாக்கிக் காட்டுகிறேன்" என்று இளைஞர்கள்பால் தான்கொண்ட அசையா நம்பிக்கையை வெளிப்படுத்தினார். மேலும் அவர் இளைஞர்களைப் பார்த்துக் கூறினார்;

* எழு, விழி, உழை; கருதிய கருமம் கைகூடும் வரை உழை, (Arise, Awake and stop not till the goal is reached)

* வெற்றியின் இரகசியம் விடா முயற்சியே... முயற்சியைப் பாதியில் கைவிடுகிறவன் தோல்வியைத் தழுவுகிறான். இறுதிவரை முயற்சிக்கிறவன் வெற்றிக் கனியைப் பறிக்கிறான்.

* உனக்குள்ளே ஒளிந்து கிடக்கிறது ஒரு சக்தி; அதனைப் பயன்படுத்தாமல் வீணடித்து விடாதே.

* உன் எண்ணத்துக்குத் தகுந்தபடியே நீ உருவாகிறாய். எனவே எதனை எண்ண வேண்டும் என்பது குறித்து எச்சரிக்கையாய் இரு.

* உன் உடலை ஆரோக்கியமாக வைத்துக் கொள். மனித உடலைக் காட்டிலும் சிறந்த புனிதஸ்தலம் வேறொன்றுமில்லை... கீதை படிப்பதைவிட கால்பந்து விளையாடு.

* வாழ்க்கையில் வெற்றி பெற்றவர்களை உதாரணமாகக் கொள். முன்னேறிக் கொண்டே இரு.

* இவ்வுலகில் நீ வாழ்ந்ததற்கு அறிகுறியாக ஏதாவது ஒரு சாதனையைச் செய். இல்லையென்றால் மரத்துக்கும் விலங்குக்கும் உனக்கும் என்ன வித்தியாசம் இருக்கிறது?

* கல்விக்குப் புது இலக்கணம் வகுத்தார். "கல்வி என்பது வெறும் விஷயங்களைப் போதிப்பதல்ல; அது மனிதனை மனிதனாக்க வேண்டும்." (Education is not mere supply of information. It must be man-making)

* மதங்கள் செயல்பட வேண்டிய விதத்தைக் கோடிட்டுக் காட்டினார். "மதங்கள் மக்கள் மனதில் மூடநம்பிக்கைகளை விதைப்பனவாக இருக்கக் கூடாது; ஒழுக்கத்தை விதைக்க வேண்டும்."

சுவாமி விவேகானந்தர் ஒரு பன்முகப்பார்வை 31

* கடவுளை நம்பாதவன் நாத்திகன், கடவுளை நம்புகிறவன்
ஆத்திகன் என்னும் பழைய கோட்பாட்டிற்குப் புது விளக்கம்
அளித்தார்; "தன்னை நம்பாதவன் நாத்திகன்; தன்னை
நம்புகிறவன் ஆத்திகன்."

* வெறும் இதயத் துடிப்பு வாழ்வாகிவிடாது என்றார்;
"சிந்திக்கிறவனும் செயல்படுகிறவனும் வாழ்கிறான், வளர்கிறான்.
இவையிரண்டையும் செய்யாதவன் இறந்தவனாகிறான்."

* சாதி பேதங்களைச் சாடினார்;"சாதி என்பது உடலுக்குத்தானே தவிர
உயிருக்கு அல்ல" என்று கூறியதோடு, சாதிவெறி தாண்டவமாடிய
கேரள மாநிலத்தைப் "பைத்தியக்கார ஆஸ்பத்திரி" என்று வருணித்தார்.

* ஆடம்பரத்தைக் கண்டித்தார்; "விளக்கின் மீது விருப்பம் வைத்த
விட்டில் பூச்சி அவ்விளக்காலேயே அழிவது போல ஆடம்பரத்தின்
மீது பற்று வைத்தவன் அவ்வாடம்பரத்தாலேயே அழிகிறான்."

* தாயும் தாய் நாடும் ஒன்றே என்றார்; "உன்தாயின் மீது செலுத்தும்
அதே அன்பைத் தாய் நாட்டின் மீதும் செலுத்து."

* எது உலக சரித்திரம் என்ற கேள்விக்கு அழகான விடையளித்தார்;
"தன்னம்பிக்கையோடு வாழ்ந்த ஒரு சிலரின் வாழ்க்கையே உலக
சரித்திரம் ஆகி இருக்கிறது."

புதிய இந்தியாவை உருவாக்கும் பணியில் தன்னை முழுமையாக
ஈடுபடுத்திக் கொண்டு, அலைகடல் போல ஓயாது உழைத்த விவேகானந்
தருக்கு 1902-ஆம் ஆண்டு உடல் நலக் குறைவு ஏற்பட்டது. அப்போது
அவருக்கு 40 வயது கூட பூர்த்தியாகவில்லை. தீபம் ஒன்று எண்ணற்ற
தீபங்களை ஏற்றுவிப்பது போல, கோடானு கோடி மக்களின் நெஞ்சங்
களில் அறிவு தீபத்தை ஏற்றி வைத்து விட்டு, அந்த ஆதார தீபம் அணைந்து
விட்டது.

சாதனைகள் செய்வதற்கு வயது ஒரு பொருட்டல்ல. இயேசு நாதர்
வாழ்ந்தது 33 ஆண்டுகள்; மாவீரன் அலெக்ஸாண்டர் வாழ்ந்தது 33
ஆண்டுகள்; அற்புத ஆங்கிலக் கவிஞன் கீட்ஸ் வாழ்ந்தது 26 ஆண்டுகள்;
தமிழகத்துப் புரட்சிக் கனல் பட்டுக்கோட்டை கல்யாண சுந்தரம் வாழ்ந்தது
29 ஆண்டுகள்; சுதந்திர ஜோதி வீரபாண்டிய கட்ட பொம்மன் வாழ்ந்தது
40 ஆண்டுகள்;மகாகவி பாரதியார் வாழ்ந்தது 39 ஆண்டுகள்;விவேகானந்தர்
வாழ்ந்ததும் 39 ஆண்டுகளே. விவேகானந்தரின் மறைவுக்குப் பிறகு சிறிது
காலம் அவர் கருத்துக்களுக்கு உரிய மதிப்பு கிட்டாமல் இருந்தது. ஆனால்
இப்போது அவற்றுக்குப் பெரும் வரவேற்பு கிடைத்து வருகிறது. இதனைத்

32 சுவாமி விவேகானந்தர் ஒரு பன்முகப்பார்வை

தான் "மீண்டும் வருவேன்" என்று பெரியவர்கள் சொல்லிச் சென்றிருக் கிறார்கள். இயேசு நாதரும், இராமகிருஷ்ண பரமஹம்சரும், விவேகானந் தரும் தங்களின் இறுதிநாளன்று "மீண்டும் வருவேன்" என்று சொன்னதன் உட்பொருள் இதுதான். தர்மம் குறைந்து அதர்மம் அதிகமாகும் போது மக்கள் எங்கள் கருத்துக்களைப் பின்பற்றித் தர்மத்தை மீண்டும் நிலை நாட்டுவார்கள் என்று சொல்லாமல் சொன்ன தீர்க்கதரிசிகள் வரிசையில் விவேகானந்தரும் இடம் பெற்றுவிட்டார்.

"இருந்தாலும் மறைந்தாலும் பேர் சொல்ல வேண்டும்; இவர் போல யாரென்று ஊர் சொல்ல வேண்டும்" - இவ்விலக்கணத்துக்கு உயிர் கொடுத்த விவேகானந்தரை உதாரணமாகக் கொண்டு இளைஞர்கள் வாழ்வில் உயரவேண்டும்.

3. சுவாமி விவேகானந்தரின் ஆன்மீகப் புரட்சியும் புதுமையும்

-முனைவர் ஆர். கிருஷ்ணமூர்த்தி
தாளாளர், வித்யாபார்த்தி மேல்நிலைப்பள்ளி,
திண்டுக்கல்.

இளைஞர்களின் மனத்தில் விவேகானந்தர் என்ற பெயர் அதிக அளவு இடம்பெற்றிருக்கிறது. அதனால்தான், மைய அரசு அவரது பிறந்தநாளை இளைஞர் தினமாக (Youth Day) அறிவித்துப் பெருமைப் படுத்தியது. அவர் ஓர் இளைஞர் என்பதால் அல்ல. பாரதநாட்டின் தனிச்சிறப்பைப் பாரறியச் செய்தவர். இளைஞர்களைக் கருவியாகக் கொண்டு தம்பணியைத் தொடங்கிய தவப் புதல்வர் என்பதால்தான் மைய அரசு அவ்வாறு செய்தது.

எந்நாட்டவர்க்கும் என்னினத்தவர்க்கும் எச்சமயத்தார்க்கும் ஆன்மீகம் மணிமுடிமேல் ஒளிதிகழ் அணியாக விளங்கும். அத்தகைய ஆன்மீகத்தை அவரவர் உணர்ச்சிகளுக்கு ஏற்ப (Sentimental) இடங் கொடுக்கும்படி நம் பண்பாட்டின் உயிர்நாடியான சனாதன தர்மத்தின் சிறப்பியல்புகளை மேலை நாட்டினரும் அறியக்கூடிய எளிய முறையில் எடுத்துரைத்தார். எனவே இவரை ஆன்மீகத்தில் ஒரு புரட்சி செய்த 'இளைய மகான்' என்றே அழைக்க வேண்டும்.

ஆன்மீகப் புரட்சி

புரட்சி என்ற சொல்லுக்கு ஆங்கிலத்தில் Revolution, Upheaval என்று சொல்லுவார்கள். சரியான விளக்கம் தமிழில் சொல்லுவதானால் - அடிப்படை மாறுபாடு - முழுநிறை மாறுபாடு எனலாம்.

இந்தியாவின் முதுகெலும்பாக உணரப்படும் ஆன்மீகம் முறை கெட்டு, தம் வலிமை இழந்து நிற்கும் காலத்தில் மீண்டும் தம் அடிப் படைத் தளத்திற்குக் கொண்டு வரப் பெரிதும் முயன்ற ஒரு புரட்சிதான் அவரின் ஆன்மீகப் புரட்சி.

அந்நியரிடம் அடிமைப்பட்டுக்கிடந்த இந்தியரிடம் விழிப் புணர்வை ஏற்படுத்தியவர் சுவாமி விவேகானந்தர். அவர்களிடம்

34 சுவாமி விவேகானந்தர் ஒரு பன்முகப்பார்வை

ஆன்மீக விழிப்பையும் சுதந்திரக் கனவையும் ஒரு சேர விதைத்த மகான் அவர். இந்தியாவின் மறுமலர்ச்சிக்கு அவரது புரட்சிக் கனல்தெறிக்கும் பொன்மொழிகள் ஆயுதங்களாயின.

இவர் ஒரு புதுமையான மனிதர். மற்ற அறிஞர்களின் கருத்துக்கள் மத்தியிலே ஒரு பொதுவுடைமைக் கருத்தாக ஆன்மீகத்தைக் கொண்டு வந்து ஒளிபெறச் செய்த புதுமையாளர்.

ஆன்மீக அறிவு என்பது மதம் சம்பந்தமான கல்வி மட்டுமல்ல, மனிதன் தன் பூரணத்துவத்தை வெளிப்படுத்த வழிகாட்டுவதே என்பதைத் தெள்ளத்தெளிவாக விளக்கிக்காட்டி, மேலை நாட்டவர்க்கும் புரிய வைத்தவர் விவேகானந்தர்.

மேலை நாட்டவரின் கலாச்சாரத்தின்பால் கவர்ச்சி கொண்டு, இந்தியப் பாரம்பரிய சிந்தனைகளை உடைத்தெறிந்து பண்பாடற்ற நாடாக மாறியிருந்தது நம் பாரத தேசம். ஆன்மீகத்தின் அடிச்சுவடுகளே தெரியாத வண்ணம் மேலை நாட்டு நாகரிகம் நம்மைச் சீரழித்தது, சின்னா பின்னமாக்கியது. சிங்கமாகத் துடித்தெழுந்தார் சுவாமி விவேகானந்தர். "இந்தியாவின் மூச்சே ஆன்மீகம்தான்" என மீண்டும் நம் தேசத்தைப் புதுப்பித்துக் கொடுத்த புரட்சியாளரும், புதுமையாளரும் அவரே ஆவார்.

உலகப் பொது மனிதர்

உலகத்தின் பல நாடுகளுக்குப் பயணம் செய்து, பாரதத்தின் ஆன்மீக அடித்தளத்தை சுவாமி அவர்கள் நிலை நாட்டினார். எந்நாட்ட வரையும் சொந்தமாக்கிக் கொள்ளும் அளப்பரிய அன்பிற்குப் பாத்தியப் பட்டவர். உலக மக்கள் அனைவரையும் கருணையால் கட்டிப் போட்டவர். தனக்கென வாழாது பிறர்க்கென வாழும் பேராண்மையைப் பெற்றவர் அவர்.

'குற்றம் இலனாய்க் குடிசெய்து வாழ்வானைச்
சுற்றமாச் சுற்றும் உலகு'

என்று அழகாகச் சொன்னார் திருவள்ளுவப் பெருந்தகை.

நாற்பது ஆண்டுகள் கூட நிறைவு பெறாத விவேகானந்தருடைய பூலோக வாழ்வு குறுகிய அளவினதாயிருப்பினும் அவரின் சாதனைகள் மதிப்பிடற்கரியவையாகும்.

வேதாந்தமும் பொதுவுடைமையும்

நீண்ட நெடுங்காலமாக வழக்கத்தில் இருந்த சில சம்பிரதாயங் களைத் துணிந்து தகர்த்தெறிய ஒரு பலம் வேண்டும். அப்படிச் செய்யின்,

பெரும்பான்மையான மக்கள் தூற்றவும் ஏசவும் செய்வார்கள்தாம். ஆனாலும் துணிந்து அதனைச் செய்தவரை நாம் புரட்சியாளர் என அடையாளம் காண்கிறோம்.

அதுகாறும் சில குறிப்பிட்ட வகுப்பினரால் மட்டுமே தனியுரிமையாகப் பாதுகாக்கப்பட்டு வந்த வேத வேதாந்தங்களிலும், சமய நூல்களிலும் பொதிந்து கிடந்த உயரிய கருத்துக்களை யாவரும் அறிந்து பலனடைய வேண்டுமென்ற எண்ணம் அவர் உள்ளத்திலே புரட்சிக்கனலாகக் கனன்று கொண்டிருந்தது.

ஆகவே வேதாந்த கருத்துக்களை நம் நாட்டவர் மட்டுமின்றி மேலை நாட்டவரும் எளிதில் புரிந்து கொள்ளக்கூடிய முறையில் அவர் சொற் பொழிவுகளை ஆற்றிப் புதுமை படைத்தார். இதனால் இந்தியாவில் பலர் அவரை 'மிலேச்சர்' என ஏளனம் செய்ததுண்டு,

பேரறிஞர்களின் இன்பம் மற்றவர்களின் இன்பத்தில்தான் உள்ளது என்பதை நிரூபித்துக் காட்டியவர் நம் பெருந்தகை. இவர் பணியை வள்ளுவரும் ஆதரிக்கிறார் போலும்,

'தாம்இன் புறுவது உலகுஇன் புறக்கண்டு
காமுறுவர் கற்றறிந் தார்'

என்ற குறள் வாயிலாகச் சமயப் பேரறிவைப் பொதுவுடைமையாக்கிக் கற்றாரும் கல்லாதவரும், சாதிமத பேதமின்றி உய்யும் வகை செய்த பெருந்தகை விவேகானந்தர்.

பரந்த மனதில் எழுகின்ற சிந்தனைதான் புரட்சியாகவும் புதுமை யாகவும் தோன்றும். விவேகானந்தரின் சிந்தனையிலே உதிக்கின்ற எண்ணவோட்டம் தேசப்பற்றும் ஆன்மீகப்பற்றும் கலந்து வந்தவை.

'நோய்நாடி நோய்முதல் நாடி அதுதணிக்கும்
வாய்நாடி வாய்ப்பச் செயல்'

என்பதற்கிணங்க இந்தியாவின் நலனைக் கருதி தீர்க்க தரிசனத்துடன் ஆழ்ந்து சிந்தித்தார்.

இந்தியாவின் அன்றைய நிலை

19 ஆம் நூற்றாண்டின் இறுதியில் இந்தியாவின் நிலை பரிதாபமாக இருந்தது. அந்தக் கால கட்டத்தில் இந்திய மக்கள், தங்களிடமும் சமயம், கலாச்சாரம் போன்றவற்றிலும் நம்பிக்கை இழந்து விட்டிருந்தார்கள். சிறிது கல்வி பயின்றவர்களோ மேல்நாட்டு மோகத்தாலும் பழக்கவழக்கங் களாலும் இவற்றைப் பின்பற்றினால்தான் 'இந்தியா உயர்வு பெறும்' என்று

நினைத்தார்கள். நமது சமயம், சாத்திரங்கள், பண்பாடுகள் எல்லாமே மூட நம்பிக்கை என்று வெள்ளையர்கள் கற்பித்ததை அப்படியே கண்மூடித் தனமாக நம்பினார்கள்; ஏற்றுக்கொள்ளத் தயாராக இருந்தார்கள்.

இத்தகைய ஒரு குழப்பமான சூழ்நிலையில்தான் இந்தியா முழுவதும் பயணம் செய்த சுவாமி விவேகானந்தர் இந்த நாட்டு மக்களைத் தட்டி எழுப்ப வேண்டுமானால் - எழுச்சி பெறச் செய்ய வேண்டுமானால் - புத்துணர்ச்சி பெறச் செய்ய வேண்டுமானால் - விழிப்படையச் செய்ய வேண்டுமானால் 'சிகாகோ சர்வ சமய பேரவை'யில் கலந்து கொள்வதுதான் சரியான வழி - எனத் தெளிந்தார்.

இந்தியாவின் நோயைக்கண்டுபிடித்த சுவாமிஜிக்கு நோய்க்குக் காரணமான நோய்முதலை நாடி அறிந்தபின், அது தணிக்கும் வழியையும் தீர்க்கமாகக் கண்டறிந்த இடம் கன்னியாகுமரியாகும்.

அவர் இதயம் முழுவதும் இந்தியாவின் முன்னேற்றமே நிறைந்திருந்தது.

சர்வசமயப் பேரவை

சிகாகோ சர்வசமயப் பேரவையில் கலந்து கொள்வதன் மூலம் மேலைநாட்டு மக்களின் மனதில் இந்தியாவைப் பற்றியும் இந்து மதத்தைப் பற்றியும் நன்மதிப்பை ஏற்படுத்தினால் அதன் விளைவாக நமது பாரத மக்கள் தாழ்வு மனப்பான்மையிலிருந்து விடுபடுவார்கள். இழந்த தன்னம்பிக்கையை மீண்டும் பெறுவார்கள்; செயல் வேகத்தையும் பெறுவார்கள். அவர் நினைத்தமாதிரியே சர்வசமயப் பேரவை நிகழ்வும் அதைத் தொடர்ந்த அவரது பணியும் எதிர்பார்த்த விளைவைத் தந்தது.

சர்வ சமய பேரவையில் ஓர் உறுப்பினராக கலந்து கொள்ள சான்றிதழ் தேவைப்பட்டபொழுது, பேராசிரியர் ஜான் ஹென்றி ரைட் மூலம், சர்வ சமய பேரவைக்குப் பிரதிநிதிகளைத் தேர்ந்தெடுக்கின்ற குழுவின் தலைவரான டாக்டர் ப்பரோஸுக்கு அவர் கொடுத்த கடிதம் பயனளித்தது. அதில் குறிப்பிட்டிருந்த வாசகம் 'சர்வமத மகாசபையில் கலந்து கொள்வதற்காக ஒருவரை அனுப்புகிறேன். மெத்தப் படித்த நமது பேராசிரியர்கள் அனைவரையும் சேர்த்தாலும் அவரது அறிவுக்கு ஈடாகாது' என்பதுதான்.

ஜான் ஹென்றி ரைட் என்பவருக்குப் பின்னொரு சமயம் நன்றி தெரிவிக்கும் வகையில் தமது உள்ளத்து உணர்ச்சிகளையெல்லாம் கொட்டி, 'கடவுளைத் தேடி' என்ற கவிதையை எழுதி அனுப்பினார். தமது துன்பங்களிலும் துயரங்களிலும் இறைவன் எப்படித் தோன்றாத் துணையாக நின்று வழிகாட்டுகிறார் என்பதை அந்தக் கவிதையில் அற்புதமாக எழுதியிருந்தார்.

“அமெரிக்க தேசத்தின் அன்பார்ந்த சகோதர சகோதரிகளே!”

இவ்வாறு சொல்லித்தான் அமெரிக்காவிலே பெரும்பான்மையோரைக் கவர்ந்தார் சுவாமி விவேகானந்தர். அவை உதட்டளவில் எழுந்த சொற்கள் அல்ல. அன்பால் எழுந்த வார்த்தைகள். உள்ளத்தின் ஆழத்திலிருந்து உணர்வுகளால் எழுந்தவை. அதனால்தான் ஆயிரக் கணக்கான மக்களின் உள்ளத்தை அச்சொற்கள் தொட்டன. தொடர்ந்து கைகள் தட்டப்பட்டன. ஆரவாரம் அடங்க ஐந்து நிமிடமாம். சிறப்பாக, சுவாமிஜியின் சொற்கள் இளைஞர்களின் மத்தியிலே ஓர் எழுச்சியைத் தந்தன; தந்து கொண்டிருக்கின்றன. அவரின் நம்பிக்கை முழுதும் இளைஞர்கள்பால்தான் திரும்பி இருந்தது. மகோன்னதமான பணிகள் அவர்கள் மூலமாகத்தான் செய்யப்பட இருக்கின்றன. இளைஞர்களால் மட்டுமே செய்ய இயலும். அவர் பணிக்குத் திரண்டு வரும் அணிகள் இளைஞர்கள் என்னும் மணிகள் தாம்.

சுவாமி விவேகானந்தரின் சீடரான சகோதரி நிவேதிதை, (மகாகவி பாரதியார் தன் குருவாக ஏற்றுக் கொண்டுள்ள சகோதரி நிவேதிதை) சுவாமிஜியின் சொற்பொழிவைப் பற்றிக் கூறும் பொழுது, “சுவாமிஜி சிகாகோ சர்வ சமயப் பேரவையில் இந்துக்களின் சமயக் கருத்துக்களைப் பற்றிப் பேச ஆரம்பித்தார். ஆனால் அவர் பேசி முடித்தவுடன் உலக சமயமே உருவாக்கப்பட்டது” என்று குறிப்பிட்டார்.

உலக சமயம்

சர்வ சமயப் பேரவையில் பல சமயத்தவர்கள் பேசினார்கள். அவர்களில் ஒருவராக சுவாமிஜியும் பேசினார் என்றாலும் அவர் எந்த சமயத்தைச் சேர்ந்தவராகப் பேசியிருப்பார் எனச் சற்று சிந்தித்தால், அவரே விரும்பிய ஒரு சமயம், ‘உலக சமயம்’ (Universal Religion) ஆகும்.

‘என்றாவது உலக சமயம் என்ற ஒன்று இருக்க வேண்டுமானால், அது இறைவனைப் போலவே இடத்தாலும் காலத்தாலும் எல்லைப் படுத்தப்படாததாக இருக்க வேண்டும். அந்த மதத்தில் பிற மதத்தினரைத் துன்புறுத்துவதும், அவர்களிடம் சகிப்புத் தன்மை இல்லாமல் நடந்து கொள்வதும் இருக்காது. அது ஆண், பெண் எல்லோரிடமும் தெய்வத் தன்மை இருப்பதை ஏற்றுக்கொள்ளும். மனித இனம் தனது உண்மையான தெய்வீகத்தன்மையை உணர்வதற்கு உதவி செய்வதே அதன் நோக்கமாகும். அதன் முழு ஆற்றலும் அதற்கே பயன்படும். அத்தகைய சமயத்தை உருவாக்குங்கள்’ என்பது தான் அந்த உலக சமயம் (Universal Religion) ஆகும்.

இவருடைய புரட்சிகரமான சிந்தனையும் புதுமை செய்ய விரும்பும் பாங்கும் அவர் காண விரும்புகின்ற சமயம் எப்படிப்பட்டது என்பதை நமக்குக் காட்டுகிறது.

38 சுவாமி விவேகானந்தர் ஒரு பன்முகப்பார்வை

பாரதத் தாயின் மடியில் அநேக மகான்கள் தவழ்ந்து வாழ்ந்து வந்திருக்கிறார்கள். புத்தர் பரந்த இதயமுடையவர், எல்லையில்லா பொறுமையுடையவர், தனக்கென்றில்லாமல் உலகின் நலத்திற்கு வழிகாண வேண்டிப் பல்லாண்டு தவம் கிடந்தவர். சில ஆண்டுகளே தவமியற்றி இந்தியாவின் சீர்மையைக் கொணர்ந்தவர் சுவாமி விவேகானந்தர்.

இந்தியாவுக்கு வேண்டுவது எது?

இன்றைய இந்தியாவுக்கு எது வேண்டற்பாலது என்று சரியாகத் தீர்மானிக்கும் திறன் விவேகானந்தரிடம் இருந்தது.

நாம் தற்சமயம் வேண்டுவது அளவு கடந்த அன்பும் பரந்த அறிவும் சேர்ந்த நிலையே என்பதை விவேகானந்தர் நமக்கு மீண்டும் மீண்டும் வற்புறுத்துகிறார்.

சங்கரருடைய சூரியன் போன்ற ஒளிவீசும் அபார ஞானமும், அன்பால் ஆழ்ந்து பரந்த புத்தரது இதயமும், கடையனையும் கடைத்தேற்ற விழைந்த இராமானுஜரின் அளவற்ற ஆற்றலும் ஒருங்கே அமையப் பெற்றவர்தான் சுவாமி விவேகானந்தர்.

சமய வழியில் விஞ்ஞானத்துக்கும் இடமுண்டு, விஞ்ஞானமும் சமயமும் ஒன்றையொன்று நெருங்கித் தழுவும் காலம் வந்து விட்டது என்றும் கவிதையும் தத்துவமும் நட்புக் கொள்ளும் நாள் வந்து விட்டது என்றும் முரண்பாடுகளைப் போக்கி ஒருமைப்பாட்டை வளர்க்கும் எதிர்கால இந்தியா உருவாகும் என்றும் அன்றே பறை சாற்றினார் விவேகானந்தர்.

விவேகானந்தரும் தேசியத் தலைவர்களும்

விவேகானந்தரின் சொற்பொழிவால் தாக்கம் பெற்றவர்கள் பலர். சுதந்திரப் போராட்ட தியாகிகள், வீரர்கள், தலைவர்கள் எனப் பட்டியல் நீண்டு செல்லும். பாரதம் என்பதே சுவாமி விவேகானந்தரின் உருவாக்கத்தில் உயர்ந்து செழித்து நின்றது என்றால் மிகையாகாது.

அவர்களில் குறிப்பிடத்தக்கவர்கள் மோகன்தாஸ் கரம்சந்த் காந்தி, ஜவஹர்லால் நேரு, ரவீந்திரநாத் தாகூர், கோகலே, திலகர், மகாகவி பாரதி, ரோமன் ரோலன்ட், சிஸ்டர் நிவேதிதா, அரவிந்தர், படேல், சுபாஷ் சந்திர போஸ் ஆவர். இன்னும் எண்ணற்றோர் இருந்தார்கள்.

மகாத்மா காந்தி அவர்கள் 1921-ஆம் ஆண்டு ஜனவரி மாதம் 30-ஆம் தேதி மேற்குவங்காளத்திலுள்ள பேலூர் மடத்திற்கு வருகை வந்த போது, I have gone through his works very throughly and after having them the love that I had for my country became a thousand fold increased - என்றாராம்.

விவேகானந்தரின் பொதுவுடைமைக் கொள்கை

சோஷலிஸம் பற்றிப் பேசுபவர்களுக்கு வேதாந்தம் தெரியவில்லை. இளவயது விவேகானந்தருக்கு வேதாந்தத்தையும் சோஷலிஸத்தையும் இணைத்து முடிச்சு போடத் தெரிந்திருந்தது.

“புரட்சியும் புதுமையும் இங்கு காணுங்கள். விஞ்ஞானமும் சமூகமும் சமயமும் இங்கு காணுங்கள்” என்கிறார்.

பொதுவுடைமைக் கொள்கை (Socialism) புதியதோர் முற் போக்குக் கொள்கைதான். நூறு ஆண்டுகளுக்கு முன் வாழ்ந்த சுவாமி விவேகானந்தரின் இது பற்றிய கருத்து என்னவாக இருந்திருக்கும்? சொல்கிறார்: “சமுதாய ஆதிக்கத்திற்காக தனிமனிதனுடைய சுதந்திரத்தைத் தியாகம் செய்யும்படி கோரும் கொள்கையே சோஷலிஸம் அல்லது பொதுவுடைமை” என்கிறார்.

அதற்கு மாறாக தனிமனிதனின் ஆதிக்கத்திற்காக வாதாடுவது தனியுடைமையாகும்.

சுவாமிஜியின் பொன்மொழிகள்

சுவாமிஜியின் சொற்பொழிவுகளில் பெரும்பாலும் மற்றவர்களுக் காகவே ‘தாம்’ என்ற பொருள் பொதிந்த கருத்துக்கள்தான் அதிகம் பிரதிபலிக்கும். தாமும் ஒரு பொதுவுடைமைப் பொருளாக விளங்கினார். எடுத்துக்காட்டாக, அவரின் இதய கருத்துக்கள் “இந்தியாவை நீ மறக்காதே! உன்னுடைய திருமணம், உன் ஆயுள், உன் சுயபோகத்திற்காக அல்ல, உன் தனிப்பட்ட இன்பத்திற்காக அல்ல, தாயின் சந்நிதானத்தில் பலியாகவே நீ பிறந்துள்ளாய் என்பதை நீ மறவாதே. உன்னுடைய சமூக அமைப்பு, அண்டமெங்கும் பரந்த தாய்மையின் பிரதி பிம்பம் என்பதை நீ மறவாதே. தாழ்ந்த வகுப்பினர், ஏழை, கல்லாதவர், யாவரும் உன்னுடைய ஊனும் குருதியும் என்பதை நீ மறவாதே. அவர் யாவரும் உன் சகோதரர் என்பதை மறவாதே” என முழங்கினார்.

சகோதரி நிவேதிதை ஒரு சமயம் சுவாமிஜியிடம் உங்கள் கொள்கை யாது என்பதைச் சுருக்கச் சொல்லுங்கள் என்று கேட்டார். அதற்கு சுவாமிகள்,

> “மனித இனத்தின் தெய்வீகத் தன்மையைப் போதிப்பதும், அதை வாழ்க்கையில் ஒவ்வொரு கனமும் வெளிப்படுத்துவதுமே யாகும்” என்றார்.

இன்னும் இந்தப் புதுமையான மனிதரின் புரட்சிகரமான வாசகங்களில் சில

"தன்னம்பிக்கை யில்லாதவனே நாத்திகன்"

"எந்த உழைப்பும் சமயத்துக்குப் புறம்பானதல்ல"

"எல்லா உழைப்பும், பூஜையும் வழிபாடுமே யாகும்"

"தன்னுடைய யாவற்றையும் பிறர்க்கு வழங்குவோருக்கே முக்தியுண்டு"

"எச்செயல் நம்மைக் கடவுளை நோக்கிச் செலுத்துகிறதோ, அதுவே நற்செயல், அதுவே நம் கடமையாகும்"

"லட்சியத்தையும் அதை அடையும் வழியையும் ஒன்றாக இணைப்பதே உழைப்பின் ரகசியம்."

சுவாமி விவேகானந்தர் எதிர்காலச் சிந்தனைகளாக எதைக் கடைப் பிடிக்கச் சொல்கிறார்?

"மனிதகுலத் தொண்டேதான் பூஜை"

"ஏழைவாட்டத்தைப் போக்குவதே பக்தி"

"தரைமீது வளர்ந்துள்ள மாமரத்தின் கனியெல்லாம் மரத்துக்காகவா? மக்களுக்காகவா?"

விவேகானந்தர் பற்றி டாக்டர் கரன்சிங்

சுற்றுலாத்துறை அமைச்சராக இருந்த டாக்டர் கரன்சிங் 1970-ஆம் ஆண்டு அக்டோபர் மாதம் 16-ஆம் தேதி விவேகானந்தர் நினைவு அரங்கத்தில் பேசிய அவருடைய சொற்பொழிவில் விவேகானந்தரைப் பற்றி குறிப்பிட்டதாவது,

"No nation is built unless generations are prepared to dedicate their lives, their sweat, their toils and their tears for it. And I would suggest that if India is to achieve its destiny as I am sure it will, our generation has got to rededicate itself to it. It seems to me that there is no better guide in these trouble times than Swami Vivekananda. He stands in this magnificent rock memorial looking at India. He is a Rishi, a Drashta, a Seer; He has seen the vision of India.

சுவாமிஜியின் அறைகூவல்கள்

ஒளி, ஞானஒளி! இதனை உலகமெங்கும் பரப்புங்கள். எல்லோரும் இந்த ஞான ஒளிபெற்று விளங்கட்டும்! எல்லோரும் கடவுளை அடையும் வரை இந்தப் பணி முடிவடையாது. ஏழைகளுக்கு இந்த ஒளியை அளியுங்கள். அதைவிட அதிகமாகப் பணம் படைத்தவர்களுக்குக் கொடுங்கள். ஏனெனில் அவர்களது அகங்காரத்தின் காரணமாக அவர் களுக்கு இது ஏழைகளைவிட அதிகமான தேவையாக இருக்கிறது. கல்லாதவர்களுக்கு இந்த ஒளியை அளியுங்கள். அவர்களைவிட

அதிகமாகக் கற்றவர்களுக்குக் கொடுங்கள். ஏனெனில் அவர்கள் தற்காலப் படிப்பினால் பெரும் அகந்தையுடன் இருக்கிறார்கள். இவ்விதம் எல்லோருக்கும் ஞான ஒளியைப் பரப்புங்கள். அதற்கு மேல் பலனை ஆண்டவனிடம் விட்டுவிடுங்கள். பகவான் கீதையில் சொல்வது போல, 'உன் கடன் பணிசெய்து கிடப்பதே, பயனைக் கருதாதே!' ('Serve ever, Seek never') வேலைகளின் பயனால் கட்டுப்படாதே, வேலை செய்யாமலும் இராதே!

சுருக்கமாக சுவாமி விவேகானந்தரின் வாய் மொழியிலே

"Ours not to question why, Ours but to do and die."

அன்புதான் வாழ்க்கை

அன்பு, நேர்மை, பொறுமை ஆகியவற்றைத் தவிர வேறொன்றுமே நமக்குத் தேவை இல்லை. வளர்ச்சி அடைவதுதான் வாழ்க்கை. அதாவது மனம் பரந்து விரிவடைதல் எல்லோரையும் நேசித்தல் அதுதான் அன்பாகும். எனவே அன்புதான் வாழ்க்கை ஆகும். அன்பு ஒன்று தான் வாழ்க்கையின் ஒரே நியதி.

என் சகோதரர்களே! எனது அருமை குழந்தைகளே சுய நலம் வேண்டாம். எல்லா விதமான சுயநலமும் மரணம்தான். நன்மை செய்து கொண்டிருப்பது தான் வாழ்க்கை. அன்பு செலுத்துபவர்களைத் தவிர வேறு யாரையும் வாழ்வதாகக் கருத முடியாது. எந்த விதமான சுயநல நோக்கமும் இல்லாமல் பணம், புகழ் மற்றும் வேறு எதிலும் கவனம் செலுத்தாமல் 'நன்மை செய்ய வேண்டும்' என்பதற்காகவே தொண்டு செய்பவன் தான் சிறப்பாகப் பணியாற்றுகிறான். இத்தகைய மன நிலையில் ஒருவன் பணியாற்ற வல்லவனாகும் போது, அவன் ஒரு புத்தபகவான் ஆகிவிடுகிறான். உலகத்தையே மாற்றி அமைக்கக் கூடிய வகையில் வேலை செய்யும் சக்தி அவனிடமிருந்து வெளிப்படும்.

இளைய சமுதாயத்தின் வழிகாட்டி

நம்மிடமுள்ள தெய்வீக இயல்பை வெளிப்படுத்துவதற்கான ஒரே வழி, மற்றவர்கள் தங்கள் தெய்வீக இயல்பை வெளிப்படுத்தும்படி செய்வது தான்.

மோகமாகிய முதலையின் வாயில் மக்கள் எப்படிப் பரிதாபமாகச் சிக்கிக் கொண்டிருக்கிறார்கள் என்பதைப் பார்! இதயத்தைப் பிளக்கக் கூடிய அவர்களின் சோகக் குரலைக் கேளுங்கள். முன்னேறிச் செல்லுங்கள். கட்டுண்டு கிடக்கும் மக்களைப் பந்த பாசங்களிலிருந்து விடுவியுங்கள். எளியவர்களின் துன்பச்சுமையைக் குறையுங்கள். அறியாமையில் மூழ்கி இருக்கும் இருண்ட கிணறுகள் போன்ற உள்ளங்களை ஒளி பெறச்

42 சுவாமி விவேகானந்தர் ஒரு பன்முகப்பார்வை

செய்யுங்கள். 'ஏ'! வீரர்களே முன்னேறிச் செல்லுங்கள், அஞ்சாதீர்கள், வெற்றி உங்களுக்கே!' என்று முழங்கிய முரசின் ஒலி இன்னும் நம் செவிகளில் ஒலித்துக்கொண்டே இருக்கிறது.

மக்களைத் தட்டி எழுப்பும் விவேகானந்தரின் பாணியே ஒரு தனி அழகு. அவரது உரை வீச்சு நம் இரத்தத்தில் ஊடுருவும், வீரம் வரும், அச்சம் அகலும், 'அச்சமே மரணம், அச்சத்திற்கு அப்பால் நீ செல்ல வேண்டும். இன்று முதல் நீ அச்சமற்றவனாக இரு. பிறருடைய நலனுக்காக உன் உயிரைக் கொடுக்கச் சித்தமாயிரு. மோட்சம் உன்னைத் தேடி வரும். எலும்பும் சதையும் பொருந்திய இந்தச் சுமையைச் சுமந்து கொண்டு திரிவதனால் என்ன பயன்? மற்றவனுடைய நன்மைக்காக அறிஞன் தன்னைத் தானே தியாகம் செய்து விட வேண்டும். உனக்கு நான் நன்மை செய்வதன் மூலமாகத்தான் என்னுடைய நன்மையை நான் பெற முடியும். இதைத் தவிர வேறு ஒரு வழியுமில்லை'.

புதிய இந்தியா

சுவாமி விவேகானந்தரின் அறிவுரை எப்பொழுது நம் உள்ளங்களில் புகுந்து வேலை செய்யத் தொடங்குமோ அன்றே புதிய இந்தியா உருவாகிவிடும். உலகிற்கே ஒரு வழிகாட்டியாய் இந்தியா திகழ்ந்து விடும். "இந்தியாவின் முதுகெலும்பு போல் உள்ளது ஆன்மீகம் மட்டுமே. ஆன்மீகத்தை இந்தியா மறந்தால், அது அழிந்துவிடும். உலக நாடுகளுக்கு ஆன்மீகத்தை ஏற்றுமதி செய்யுங்கள். மேலை நாட்டவரின் அறிவியலை இந்தியாவிற்கு இறக்குமதி செய்யுங்கள்" என்ற முழக்கம் புதுமை இந்தியா மலர்வதற்கு வித்திட்டது.

சுவாமி விவேகானந்தரின் ஆன்மீகப்புரட்சி இந்தியாவை ஆன்மீக வல்லரசாக்கியது. அவர் காண விரும்பிய புதுமை இன்று இந்திய மண்ணில் நிறைவேறிக் கொண்டுள்ளது. தீர்க்கதரிசியான அவர் இளைஞர்களுக்கு மட்டுமே அறைகூவல் விடுத்தார். "நூறு தமிழ் இளைஞர்களைக் கொடுங்கள். உலகையே புரட்டிக் காட்டுகிறேன்" என்று முழங்கித் தமிழர் களுக்குப் பெருமை சேர்த்தவர். இன்று உலகத்திலேயே அதிக இளைஞர் களைக் கொண்ட ஒரே தேசமாக இந்தியா மலர்ந்து கொண்டுள்ளது. வருங் காலத்தில் பாரதம் பரந்த உலகத்திற்கு வழிகாட்டும். பூகோளப் பந்தின் புண்ணிய சுழற்சிக்கு அது முன்னோடியாகத் திகழும்.

வாழ்க பாரதம்!   **வளர்க ஆன்மீகம்!**

4. சுவாமி விவேகானந்தர் இளைஞர்களுக்குத் தரும் தன்னம்பிக்கைச் சிந்தனைகள்

-பேரா. பி. நாகராஜன்
துணைத் தேர்வுக் கட்டுப்பாட்டாளர்
என்.ஜி.எம். கல்லூரி.

இந்திய சுதந்திரத்தின் விடிவெள்ளி! சுடர் தரும் சூரியன்! இளைய தலைமுறையினர் மீது நம்பிக்கை கொண்ட இளைஞர்! நாட்டு மக்களுக்கு நல்லொழுக்கச் சிந்தனைகளை நல்கிய கொடையாளர்! மக்கள் தொண்டே மகேசன் தொண்டு எனக் கருதியவர்! மக்களின் துயர் துடைக்கும் பணியை அருட்பணியாகக் கருதிய அருளாளர்! இந்திய மக்களை ஆன்மபலம் கொண்ட மனிதர்களாக மாற்றவேண்டும் என்று பாடுபட்டவர். இந்திய திருநாட்டின் ஒளிமிக்க எதிர்காலம் பற்றிக் கனவு கண்டவர். சிறந்த தேசபக்தர். அரும்பெரும் சிந்தனையாளர். மாபெரும் மனிதாபிமானி. அவர்தான் வீரத்துறவி விவேகானந்தர்.

விவேகானந்தரைப் பற்றி சுபாஷ் சந்திரபோஸ் கூறுகையில், "விவேகானந்தர் மிகவும் உயர்ந்தவர். ஆழம் காணமுடியாதவர். இறைவனுடன் நேரடியாகத் தொடர்பு கொண்ட மிக உயர்ந்த ஆன்மிக நிலையில் இருந்த யோகி. அவர் சிறிது காலத்துக்குத் தம்முடைய வாழ்க்கை முழுவதையும் மனிதகுலத்தின் ஆன்மிக ஒழுக்கநிலையை உயர்த்துவதற்காக ஒதுக்கி வைத்தவர். அவர் உயிருடன் இருந்தால் நான் அவருடைய காலடியில் வீழ்ந்து கிடப்பேன். நவீன இந்தியா அவருடைய படைப்பு" என்றார்.

"இந்தியா உயிர்வாழ்ந்திருப்பது மட்டுமின்றி, வாகை சூடும் விழிப்பு உணர்ச்சியும் பெற்றுள்ளதன் முதல் அறிகுறிகளை, சுவாமி விவேகானந்தர் வாயிலாக அறிகிறோம். அவர் பராக்கிரம வடிவெடுத்தவர். மனிதர்களில் சிங்கம் போன்றவர். அவருடைய சக்தி இன்னும் மாபெரும் அளவில் செயல்படுவதைக் காண்கிறோம்," என்று கர்மயோகி அரவிந்தர் கூறுகிறார்.

"அரிது அரிது மானிடராய் பிறத்தல் அரிது" என்று ஔவை பிராட்டி சொல்வார்கள். அரிதான இந்த மானிடப் பிறவியை அர்த்தமுள்ளதாக மாற்ற வேண்டும். பல பிறவிகள் எடுத்த பின்னர் இறுதியில்தான் மானிடப் பிறவியை நாம் அடைய முடியும். எடுத்த இந்த பிறவியை நமக்கு

44 சுவாமி விவேகானந்தர் ஒரு பன்முகப்பார்வை

மட்டுமல்லாமல் மற்றவர்களுக்குப் பயனுடையதாக மாற்ற வேண்டிய பொறுப்பு நம்மிடையே உள்ளது. முதலில் நம்மை நாம் உயர்த்திக் கொண்டு நம்மை உயர்த்திய இந்த சமுதாயத்தை நாம் உயர்த்த வேண்டும்.

சுவாமி விவேகானந்தர் தெய்வீகத் தன்மையை ஒவ்வொரு மனிதனிடமும் கண்டார். அதனால்தான் "Each Man is Potentially divine" என்று கூறுகின்றார். நம்முடைய குறிக்கோள் இந்த தெய்வீகத் தன்மையை அறிவதே. நாம் செய்யும் வேலை மூலமாகவோ, நம்முடைய வழிபாடு மூலமாகவோ அல்லது ஆழ்மனத்தைக் கட்டுப்படுத்துவதனாலோ, தத்துவ மூலமாகவோ அறியலாம். இதுதான் உண்மையான மதம் மற்றபடி மதச் சடங்குகள், கொள்கைகள், கட்டுப்பாடுகள், புத்தகங்கள், கோவில்கள் மற்றும் அனைத்து வழிகளும் இரண்டாம்பட்சமே.

மனித வாழ்க்கையில் இளமைப்பருவம் மிகவும் முக்கியமான பருவம். நம் இளைஞர்களுக்கு விரிந்து திறந்த மனமும், செயற்கரிய செய்யும் அளவற்ற ஆற்றலும், துணிச்சலாகச் செய்யும் வல்லமையும் திறமையும் அதிகம் உள்ளன. சமுதாயத்தில் எந்த மாற்றமும் அவர்கள் பங்கு இல்லாமல் நடக்காது. உலக நாடுகளில் இந்தியா பழமையான பண்பாடும், பாரம்பரியமும், கலாச்சாரமும், நாகரீகமும் கொண்ட நாடு. பழம் பெரும் நாடு. இந்த கலாச்சாரம் ஒவ்வொரு இளைஞனின் இரத்தத்திலும் ஓடுகின்றது. இந்திய நாட்டின் விதியை மாற்றி ஒரு வல்லரசாக, நல்லரசாக மாற்றும் வலிமை இந்திய இளைஞர்களிடையே உள்ளது என்று சொன்னால் அது மிகையாகாது.

இந்திய ஜனத்தொகையில் 60 விழுக்காடு இளைஞர்களாக உள்ளனர். நம் இந்திய நாடு முன்னேற இளைஞர்களின் இளமைப்பருவ சக்தி அபரிமிதமானது. சுவாமி விவேகானந்தர் நம் இளைஞர்களிடம் அதீத நம்பிக்கை வைத்திருந்தார். அதனால்தான் "எனக்கு 100 இளைஞர்களைத் தாருங்கள். நான் இந்த நாட்டையே மாற்றிக் காட்டுகிறேன்" என்று முழங்கினார். ஒரு சரியான வழிகாட்டிதான் இந்த இளைஞர்களுக்கு அவசர, அவசியத் தேவை. இளைஞர்களுக்கு அவர் கூறும் கருத்துக்கள் வீரியம் பொருந்தியன.

சுவாமி விவேகானந்தர் இந்தியாவின் நிலைபற்றி ஆழ்ந்த கவலையும், கவனமும் கொண்டிருந்தார். மகத்தான பாரம்பரியமும், சீரும் சிறப்பும் பெற்றிருந்த ஒரு தேசம் அதன் மக்களின் அறியாமையால் தன் பெருமை களை எல்லாம் இழந்து நிற்பது அவருக்குச் சொல்லொன்னா வேதனை யைத் தந்தது. இந்த இளைஞர்கள் தெளிவான எண்ணத்தைப் பெற்று, நல்ல குறிக்கோளைக் கொண்டு, சிறந்த கல்வியைப் பெற்று, துணிச்சலுடன், தன்னம்பிக்கை கொண்டு, கடின உழைப்புடன் தாங்களும் உயர்ந்து இந்த சமுதாயத்தையும் உயர்த்த வேண்டும் என்று எண்ணினார். இந்த நவீன

தலைமுறை இளைஞர்கள் தான் இந்தியத் திருநாட்டை உயர்த்த முடியும் என்று தீர்க்க தரிசனமாக சுவாமி விவேகானந்தர் நம்பினார். அவர்கள் மீது அளவற்ற நம்பிக்கை வைத்திருந்தார்.

எழுச்சியற்று, தன்னம்பிக்கையற்று, இருள் மூடிய சிந்தனையோடு நடை மெலிந்து கிடக்கும் இந்திய இளைஞர் சமுதாயம் தன்னிடம் மறைந்து கிடக்கும் ஆற்றல்களை வெளிப்படுத்தவும், புதிய எழுச்சியோடு செயல்படவும், எதிர்காலத்தைப் புரிந்து கொள்ளவும் விவேகானந்தரோடு உறவாடுவது அவசியம். விவேகானந்தரின் சிந்தனைகள் இதயத்தைத் தொடும்போது, நமது இதயத்தில் படிந்திருக்கும் துருப் பிடித்த சிந்தனைகளைத் துடைத்து விடும்.

இளைஞர்களிடம் விவேகானந்தர் கொண்டிருந்த நம்பிக்கையின் பலம் அளவிட முடியாது. இளைஞர்களைப் பார்த்து அவர் கூறுகிறார்: "இளைஞர்களே! என்னுடைய நம்பிக்கை உங்களிடம் தான் உள்ளது. தாய்த்திருநாட்டின் அறைகூவலுக்குச் செவிசாய்ப்பீர்களா? உங்களுக்கு என்னிடம் நம்பிக்கை இருக்குமானால், என்னை நம்புவதற்குத் தைரியம் இருக்குமானால் ஒளிமயமான எதிர்காலம் உங்களுக்குக் காத்துக்கிடக்கிறது" என்பேன்.

எதற்கும் கலங்காத நம்பிக்கை, எதற்கும் தளராத தன்னம்பிக்கை வேண்டும். சிறுவனாக இருந்த போது என்னிடம் அத்தகைய தன்னம் பிக்கை இருந்தது. உங்கள் ஒவ்வொருவருக்கும் உங்களிடத்தில் நம்பிக்கை வேண்டும். அளப்பறிய ஆற்றல் உங்கள் ஒவ்வொருவரிடமும் அடங்கிக் கிடக்கிறது என்பதில், உங்கள் முயற்சியால் இந்தியா மறுமலர்ச்சி பெறும். புதிய இந்தியா உருவாகிவிடும் என்பதில் உங்களுக்கு அசையாத நம்பிக்கை வேண்டும்!

அப்படி எழுந்து நீங்கள் செயல்படுவீர்களானால் அப்போது நினைத்துப் பாருங்கள்! உலக நாடுகளுக்கெல்லாம் அவற்றின் மூலை முடுக்கெல்லாம் நாம் சென்று உலா வருவோம். உலக நாடுகளிலே அவற்றை உருவாக்கும் பலவகை ஆக்க சக்திகளுக்கு ஆற்றல்களுக்கு நம் தத்துவக் கருத்துக்கள் துணையாக இருந்து உதவி செய்யப் போவதை விரைவிலேயே காண்போம். இந்தியாவிலும் வெளிநாடுகளிலும் வாழ்ந்து வரும் மனித இனத்தின் வாழ்க்கையிலும் இந்தச் சீரிய கருத்துக்கள் இடம் பெற வேண்டும். இதைச் சாதிப்பதற்கு இடையறாது பாடுபட வேண்டும். அதற்காக உங்களைப் போன்ற வீரமும் தீரமும் மிக்க இளைஞர்கள் இப்போது எனக்குத் தேவை.

இளைஞர்களே! இளைஞர்களே! விழித்தெழுங்கள். உலகம் உங்களை இருகரம் நீட்டி அழைக்கிறது. ஊக்கம் உங்கள் இரத்தத்தில் கிளர்ந்தெழ எழுவீர்களா! ஏழை என்றோ, நண்பர்கள் யாரும் இல்லை

46 சுவாமி விவேகானந்தர் ஒரு பன்முகப்பார்வை

என்றோ நினைத்து வருந்த வேண்டாம். அந்தோ! பணமா மனிதனைப் படைக்கிறது? இதுவரை யாராவது அப்படிக் கண்டதுண்டா? மனித னல்லவா செல்வத்தை உருவாக்குகிறான். இந்த உலகம் அனைத்தும் மனித சக்தியால் உருவாக்கியிருக்கிறது! ஊக்க உணர்வினால் உருவாகியிருக்கிறது!

சுவாமி விவேகானந்தரின் இந்த அழைப்பு மணி ஓசையைக் கேட்ட ஒவ்வோர் இந்திய இதயமும் நம்பிக்கையோடு எதிர்காலத்தை நேசிக்கும்.

மகத்தான காரியங்களைச் செய்ய எந்த விதத்தில் நம்பிக்கை நமக்குப் பெரும் உதவியாக இருக்கின்றது என்று சுவாமி விவேகானந்தர் கூறுகிறார். "ஒவ்வொருவரும் தனது அதிகபட்ச ஆற்றலை மிச்சம் மீதமின்றி செலுத்தி உழைக்காவிட்டால் எதையேனும் செய்து சாதிக்க முடியுமா? உழைப்பே வடிவெடுத்த சிங்கத்தின் இதயம் படைத்த ஆண் மகனையே திருமகள் நாடிச் செல்கிறாள். பின்னால் திரும்பிப் பார்க்கத் தேவையுமில்லை. முன்னோக்கிச் செல்! அளவற்ற ஆற்றல், பெரும் ஊக்கம், அளவுகடந்த அஞ்சாமை, அளவில்லாத பொறுமை இவையே நமக்குத் தேவை. இவை இருந்தால் மகத்தான காரியங்களை நம்மால் சாதிக்க முடியும். நம்பிக்கையை இழந்து விடாதே!

"இவனை நம்பு அல்லது அவனை நம்பு" என்று மற்றவர்கள் சொல்கிறார்கள் ஆனால் நான் சொல்கிறேன். முதலில் உன்னிடத்தில் நீ நம்பிக்கை வை. அதுதான் வழி. எல்லா ஆற்றல்களும் உனக்குள்ளேயே இருக்கின்றன. அதை உணர்ந்து அந்த ஆற்றலை வெளிப்படுத்து. நான் எதையும் சாதிக்க வல்லவன் என்று சொல். நீ உறுதியுடன் விஷத்தைப் பொருட்படுத்தாது இருந்தால், பாம்பின் விஷம் கூட சக்தியற்றதாகிவிடும்.

சுவாமி விவேகானந்தர் மனிதர்களிடத்தில் நம்பிக்கை வேண்டும் என்பதை விரும்புகின்றார். ஒரு மனிதனுக்கும் மற்றொரு மனிதனுக்கும் உள்ள வித்தியாசத்தைத் தருவது இந்த நம்பிக்கைதான். ஒருவன் தன்னைப் பலசாலியாகவும், மற்றொருவன் தன்னை பலவீனனாகவும் மாற்றுவது நம்பிக்கையே ஆகும். ஸ்ரீராமகிருஷ்ண பரமஹம்சர் சுவாமி விவேகானந்தரிடம் சொன்னார்: "யார் ஒருவன் தன்னை பலவீனன் என்று கருதுகின்றானோ அவன் உண்மையில் பலவீனன் ஆக மாறி விடுகிறான்." வெளிநாட்டவர்கள் பொருளாதாரத்தில் முன்னேறி யிருப்பதற்குக் காரணம் இந்த நம்பிக்கை. அவர்கள் தங்கள் புஜபலத்தை நம்பி முன்னேறியிருக்கின்றார்கள். ஆனால் நாம் நம்முடைய ஆத்ம பலத்தை நம்பி பணி செய்தால் அவர்களை விட நாம் அதிசயிக்கத்தக்க ஆற்றலைப் பெறமுடியும், உங்களுக்குள் குடியிருக்கும் அளவற்ற ஆற்றலையும் நம்புங்கள். இதைத்தான் நம்முடைய வேதங்களில், ரிஷிகள் நமக்குச் சொல்லியுள்ளனர். எனவே தான் சுவாமி விவேகானந்தர் முதலில் நம்மை நம்ப வேண்டும், தன்னம்பிக்கை இருந்தால்தான் மிகப்

சுவாமி விவேகானந்தர் ஒரு பன்முகப்பார்வை 47

பெரிய வேலைகளைச் செய்து முடிக்கும் தைரியம் நமக்கு உண்டாகும் என்று கூறுகிறார். எதையும் கேலி செய்யும் எண்ணத்துடன் கூறுகின்ற நோயானது நம் தேச இரத்தத்தில் கலந்துள்ளது. அதை அகற்றிவிட்டு எந்தக் காரியத்திலும் விவேகத்துடன் செய்யும் ஆற்றலைப் பெற வேண்டும்.

கடவுளை நம்புவதற்கு முன் உங்கள் மீது நம்பிக்கை வையுங்கள் என்று சுவாமி விவேகானந்தர் கூறுகின்றார். "என்னால் இதை செய்ய முடியாது, அதை செய்ய முடியாது" என்று கூறுவது மூடநம்பிக்கை. வேதாந்தம் சொல்கிறது: "முதலில் உன்னை நம்பு." மதங்கள் சொல்கின்ற கடவுளை நம்புபவன் ஆத்திகன். கடவுளை நம்பாதவன் நாத்திகன். ஆனால் வேதாந்தம் சொல்கின்றது: "தன்னை நம்புபவன் ஆத்திகன். தன்னை நம்பாதவன் நாத்திகன்." நம்மீது வேண்டும் நம்பிக்கை, நம்பிக்கை, நம்பிக்கை. அதே போல் கடவுளின் மேல் வேண்டும் நம்பிக்கை, நம்பிக்கை. "நீங்கள் 330 லட்சம் இதிகாசங்களில் வரும் கடவுள்களை நம்புகின்றீர்கள். இது மட்டுமல்லாமல் வெளி நாடுகளிலிருந்து வருகின்ற கடவுள்களை நம்புகின்றீர்கள்! ஆனால் நீங்கள் உங்களை நம்பவில்லையென்றால் உங்களுக்கு விமோசனமே கிடைக்காது. எனவே நீங்கள் உங்களை நம்புங்கள். உங்கள் நம்பிக்கையில் வாழுங்கள். தைரியமாக இருங்கள். இதைத்தான் நான் உங்களிடம் எதிர்பார்க்கிறேன்" என்று சுவாமி விவேகானந்தர் கூறுகின்றார்.

மேலும் இந்த தன்னம்பிக்கை நம்முடைய மூதாதையர்களிடம் இருந்தது. பின்னர் நம்முடைய கலாச்சாரத்தில் இருந்தது. ஆனால் சிறிது சிறிதாக குறைந்து ஒரு மோசமான நிலையை நோக்கிச் சென்று கொண்டிருக்கிறது. என்றைக்கு இந்த மோசமான நிலை ஆரம்பித்ததோ அன்றே நாம் நம்பிக்கையை இழந்து விட்டோம். எனவேதான் சுவாமி விவேகானந்தர் இந்த அழிவில்லாத ஆத்மாவை நம்புங்கள் என்று சொல்கின்றார்.

தன்னம்பிக்கை நமக்கு வேண்டுமானால் நம்முடைய உடலை வலிமையுடையதாக மாற்ற வேண்டும். "வீர இளைஞர்களுக்கு" என்ற சிறு நூலில் சுவாமி விவேகானந்தரின் கருத்துக்களைக் காணமுடியும். "வலிமையோடு இருங்கள், மூடக்கொள்கைகளை உதறித்தள்ளுங்கள். வலிமை, அளவற்ற வலிமை - இதுவே நமக்கு இப்போது தேவை என்று நான் உங்களுக்குச் சொல்கிறேன். இரும்பு போன்ற தசைகளும், எஃகு போன்ற நரம்புகளும், எதனாலும் தடுக்க முடியாத வஜ்ராயுதம் போன்ற அளவற்ற மனவலிமையும் கொண்டவர்களே நம் நாட்டுக்குத் தேவை. இந்த அண்ட சராசரத்தின் அந்தரங்க ரகசியங்களையெல்லாம் ஊடுருவி ஆழ்ந்து அறியக் கூடிய மனவலிமை, ஆழ்ந்த கடலின் அடித்தளத்துக்குப் போக வேண்டி இருந்தாலும் எடுத்த காரியத்தை எவ்வாறேனும் முடிக்கும் வலிமை நமக்கு இப்போது வேண்டும்.

உணவு, வாழ்க்கை முறை, எண்ணம், மொழி ஆகிய அனைத்திலும் ஆற்றல் பொங்கித் ததும்பி நிரம்பி வழிய வேண்டும். எல்லாத் துறைகளிலும் உயிர்சக்தியைப் பாய்ச்சினால் நமது நாடி நரம்புகளில் எல்லாம் இரத்தம் பரவி எல்லாச் செயல்களிலும் உற்சாகமும் புத்துணர்ச்சியும் உண்டாகும். அதன்மூலம் இந்த நாட்டு மக்கள் விழிப்படைந்து வாழ்க்கையின் இன்னல், இடுக்கண் முதலியவற்றிலிருந்து விடுபடுவார்கள். இல்லாவிட்டால் இந்த மக்கள் அழிந்து மறைந்து போவார்கள்.

நீ உன் உடலை வலிமை உள்ளதாக ஆக்கிக் கொள்ள வேண்டும். மற்றவர்கள் அவ்விதமே செய்யும்படி சொல்லித்தர வேண்டும். இப்போதும் கூட நான் அன்றாடம் தோள்களை வலிமையாக்கும் கர்லாக்கட்டைகளைக் கொண்டு உடற்பயிற்சி செய்வதைப் பார்க்கவில்லையா!

காலையிலும் மாலையிலும் நீ நன்றாக நடந்து நடைப்பயிற்சி செய்ய வேண்டும். மற்ற கடினமான உடற்பயிற்சிகளையும் செய்ய வேண்டும். உடலுக்கும் மூளைக்கும் சரிசமமான பயிற்சி வேண்டும். எல்லாவற்றுக்கும் மற்றவர்களை எதிர்பார்ப்பது நல்லதல்ல. உடலை வலிமையாக வைத்திருக்க வேண்டிய அவசியத்தை மக்கள் அறியும்படிச் செய்தால் பிறகு அவர்களே பார்த்துக் கொள்வார்கள். இந்த வகையான கல்விதான் இப்போது தேவை என்பதை உணரும்படிச் செய்ய வேண்டும்.

முதலில் சத்தான உணவைச் சாப்பிட்டு உடலை வலிமைப்படுத்திக் கொள்ளுங்கள். அதன் பிறகே வலிமை அடையும். நான் தாழ்ந்தவன், நான் தாழ்ந்தவன் என்று திரும்பத் திரும்ப நினைப்பது ஒருவனை இழிவு படுத்தி நாசமாக்கி விடும்.

“நீ உன்னை பலவீனன் என்று ஒருபோதும் சொல்லாதே! எழுந்து நில்! தைரியமாக இரு! வலிமையுடன் இரு! பொறுப்பு முழுவதையும் உன்தோள் மீது சுமந்துகொள்! உன் விதியை படைப்பவன் நீயே என்பதை அறிந்து கொள்! உனக்குத் தேவையான எல்லா வலிமைகளும் உனக்குள்ளேயே குடிகொண்டிருக்கின்றன! வலிமை, ஆண்மை, சத்ரிய வீரியத்துடன் கூடிய பிரம்ம தேஜஸ் - இவையே நமக்கு வேண்டும்” என்கிறார் சுவாமி விவேகானந்தர்.

பலவீனமான மனதைக் கொண்டவர்கள் எப்போதும் அதைப் பற்றியே கவலையிலேயே மூழ்கிக் கிடப்பார்கள். அப்படிப்பட்ட நிலையில் அவர்கள் என்ன செய்ய வேண்டும் என்று சுவாமி விவேகானந்தர் வழி காட்டுகிறார். “பலவீனத்துக்கான பரிகாரம், ஓயாமல் பலவீனத்தைப் பற்றி சிந்திப்பதல்ல. அதற்குப் பதிலாக வலிமை குறித்து சிந்திப்பதுதான். எனவே மக்களுக்கு, அவர்களுக்குள் ஏற்கனவே இருந்துவரும் வலிமை பற்றி எடுத்துரைக்க வேண்டும்.

சுவாமி விவேகானந்தர் ஒரு பன்முகப்பார்வை 49

"கீதையைப் படிப்பது முக்கியமா? கால்பந்தாடுவது முக்கியமா?" என்றொரு கேள்விக்கு, "கால்பந்தாட்டமே" என பதிலளிக்கும் மாறுபட்ட சிந்தனையாளர் விவேகானந்தர்.

"எனது இளம் நண்பர்களே! வலிமை உடையவர்களாக இருங்கள். இதுவே நான் வழங்கும் அறிவுரை. கீதை படிப்பதைவிட கால்பந் தாடுவதின் மூலம் நீங்கள் சொர்க்கத்துக்கு வெகு அருகில் இருப்பீர்கள். இவை தைரியமான சொற்கள்" வலிமைதான் வாழ்வு. பலவீனமே மரணம். வலிமையே மகிழ்ச்சிகரமான வாழ்க்கை, நிரந்தரமான, வளமான வாழ்வு."

சுவாமி விவேகானந்தரின் கருத்துக்கள் தனி மனிதனின் வாழ்க் கையில் மாற்றத்தையும், முன்னேற்றத்தையும் கொண்டு வரும். இந்தியத் திருநாட்டின் வளர்ச்சிக்கு உதவும்.

மனநிம்மதி தொலைத்தவர்கள், பலவீனமான மனநிலையில் உள்ள கோழைகள், தைரியம் இழந்தவர்கள், விரக்தி அடைந்தவர்கள், தாழ்வு மனப்பான்மை கொண்டவர்கள் ஆகியோர் மனநிலையில், நேர் மறையான நல்லவிதமான மாற்றத்தை சுவாமி விவேகானந்தரின் கருத்துக்கள் கொண்டு வரும் என்பதில் எள்ளளவும் சந்தேகமில்லை.

அவை இருளில் தடுமாறுபவர்களுக்கு ஒளிவிளக்கு! வறண்ட நிலத்தில் பாயும் நதி! தடுமாறுபவர்களுக்கு ஊன்று கோல்! நீச்சல் தெரியாதவர் களுக்கு "லைஃப் போட்" (LifeBoat)

விவேகானந்தர் ஒரு கருத்துச் சுரங்கம். அதிலிருந்து சக்திக்கேற்ப எடுத்துக் கொள்ளலாம். அவற்றை மனம் உள்வாங்கும்போது, அதில் உண்மை ஒளி உண்டாகும். உண்மை ஒளியானது,

"நம்மை கடைப்பிடி" என ஆணையிடும்.

இந்திய இளைஞர் சமுதாயம் கட்டுக்கடங்காத ஆற்றல் கொண்ட வெள்ளப்பெருக்கு போன்றது! என்றுமே வற்றாத பேராற்று வெள்ளத்தை முறைப்படுத்தினால், நாட்டின் முன்னேற்றத்துக்கும் தனிமனித முன்னேற்றத்துக்கும் பெரிதும் பயன்படும். எனவே, ஒவ்வொருவரும் விவேகானந்தரை உங்கள் நெஞ்சுக்கு நெருக்கமானவராக ஆக்குங்கள்!

அவரது சொற்களோடு கை குலுங்குங்கள்! அந்தத் தொடு உணர்ச்சி உள்ளத்தில் ஓராயிரம் சூரியனைப் படைக்கட்டும்!

சுவாமி விவேகானந்தருடன் உறவாடுங்கள்! அந்த உறவு உங்கள் பாதை எது? பயணம் எதுவரை என்பதைத் தீர்மானிக்க உதவும்.

5. மறுமலர்ச்சிக்கு
சுவாமி விவேகானந்தரின் சிந்தனைகள்

-திரு. எஸ்.வி. இளங்கோ

சுவாமி விவேகானந்தர் பணி மன்றம்,
பொள்ளாச்சி.

இன்றைய மறுமலர்ச்சிக்கு சுவாமி விவேகானந்தர் எண்ணற்ற
சிந்தனைகளை முன்வைத்துள்ளார். அழிவுப் பிரச்சாரம் செய்கின்ற
சீர்திருத்தவாதிகள் உலகிற்கு எந்த நன்மையும் செய்வதில்லை. எதையும்
உடைக்காதீர்கள், கீழே இழுக்காதீர்கள்; மாறாக ஆக்குங்கள். முடிந்தால்
உதவி செய்யுங்கள். முடியாவிட்டால் கையைக் கட்டியபடி, நடப்பதைப்
பார்த்துக்கொண்டு சும்மா இருங்கள். உதவி செய்ய முடியாவிட்டாலும்
தொந்தரவு செய்யாதீர்கள். ஒருவன் எந்த நிலையில் இருக்கிறானோ, அந்த
நிலையிலிருந்து அவனை உயர்த்த முயலவேண்டும் என்ற அவருடைய
சிந்தனை இன்று அனைவருக்கும் தேவை.

சமுதாயத்தின் வாழ்வில்தான் தனிமனித வாழ்வு அடங்கியுள்ளது.
சமுதாயத்தின் இன்பத்தில்தான் தனி மனித இன்பம் அடங்கியுள்ளது.
சமுதாயம் இல்லாவிட்டால் தனிமனிதன் இருப்பது முடியாதது; இது
அழியாத உண்மை, இந்த அடித்தளத்தில்தான் உலகமே இயங்குகிறது.
எல்லை அற்றதான சமுதாயத்துடன் ஒன்றி, அதன் இன்பத்தில் இன்பம்
காண்பதும், அதன் துன்பத்தில் துன்புறுவதுமாக மெதுவாக முன்னேறு
வதுதான் தனி மனிதனின் ஒரே கடமை.

பாமர மக்களை முன்னேற்றுதல்

நமது புனிதப் பணியை ஆதரவற்றவர்களும், ஏழைகளும், படிக்காதவர்
களுமாகிய குடியானவர்களுக்கும், தொழிலாளர்களுக்கும் செய்ய
வேண்டும். முதலில் இவர்களுக்குச் செய்ய வேண்டியதைச் செய்துவிட்டு
பிறகு நேரமிருந்தால் உயர் மக்களுக்காக, பணி செய்யலாம் என்ற கருத்து
எல்லோருக்குமான வாழ்வை எடுத்து இயம்புகின்றது.

கடந்தகால இந்தியாவை அறிந்துகொள்ளுங்கள்

கடந்த காலத்திலிருந்துதான் எதிர்காலம் உருவாகிறது. எனவே
பழங்காலத்தைப் பற்றி அறிகின்ற அளவிற்கு அவர்களின் எதிர்காலம்

பிரகாசிக்கும். கடந்த காலத்தை ஒவ்வொருவரின் கவனத்திற்கும் கொண்டு வருபவர் இந்த நாட்டிற்குச் சிறந்த நன்மை செய்பவர். நமது புராதன மக்களின் சட்டங்களும் பழக்க வழக்கங்களும் சரியானதாக இருந்தால் இந்தியாவிற்கு வீழ்ச்சி ஏற்படவில்லை; அவர்கள் கண்ட முடிவுகளை முறைப்படி செயல்முறைப்படுத்தாததுதான் வீழ்ச்சிக்குக் காரணம் என்ற சுவாமிஜியின் விழிப்புணர்வுச் சிந்தனை நாட்டை உயர்த்தும்.

நமது உபநிஷதங்களிலும் நமது சாஸ்திரங்களிலும் நமது புராணங் களிலும் புதைந்து கிடக்கின்ற அற்புதமான உண்மைகளை அந்த நூல்களிலிருந்து கொண்டு வர வேண்டும். ஆசிரமங்களிலிருந்து வெளியே கொண்டுவர வேண்டும். காடுகளிலிருந்து வெளியே கொண்டு வர வேண்டும். குறிப்பிட்ட சிலரின் ஆதிக்கத்திலிருந்து கொண்டு வர வேண்டும். அந்த உண்மைகள் வடக்கிலிருந்து தெற்கு வரை, கிழக்கி லிருந்து மேற்குவரை, இமயம் முதல் குமரிவரை சிந்து முதல் பிரம்மபுத்திரா வரை நெருப்பைப்போல் பரவுமாறு நாடு முழுவதும் அவற்றைப் பறைசாற்ற வேண்டும். இதுவே நாம் கவனம் செலுத்த வேண்டிய முதல் வேலை என்ற கருத்து நாடாளாவிய மறுமலர்ச்சிக்கான வித்தாக அமையும்.

மேலோரை மதியுங்கள்

நமது நாட்டில் எண்ணற்ற ஞானிகள் இருந்துள்ளனர். அவர்கள் கருத்தைப் பின்பற்றினால் மறுமலர்ச்சி ஏற்படும். அதனால் தான் சுவாமிஜி முதலில் மகாபுருஷர்களின் வழிபாட்டைக் கொண்டு வரவேண்டும். அழியாத அந்த உண்மைப் பொருளை உணர்ந்த அந்த மகான்களை, அனுமன், இராமகிருஷ்ணர் போன்ற தெய்வ புருஷர்களை இலட்சிய புருஷர்களாக மக்கள் முன் வைக்க வேண்டும். இப்போது தேவைப் படுவதெல்லாம் மகா தியாகம், மகா தைரியம் இவையே. இவற்றுடன் சுய நலம் துளியும் கலவாத சுத்த புத்தியின் துணையுடன், தீவிர முயற்சியில் ஈடுபட்டு எல்லாவற்றையும் உள்ளது உள்ளபடி அறிந்து கொள்வதே நமது இப்போதைய தேவை என்று குறிப்பிடுகிறார்.

மதத்திற்கு ஊறு செய்ய வேண்டாம்

பாமர மக்களின் மத உணர்விற்கு ஊறு செய்யாமல் அவர்களை உயர்த்துதல், இந்தக் குறிக்கோளை உங்கள் முன் வைத்துக் கொள்ளுங்கள். சமத்துவம், சுதந்திரம், செயல்திறன், ஆற்றல் இவற்றில் மேலைநாட்டினருள் தலைசிறந்த மேனாட்டினராக இருந்து, அதேவேளையில் பண்பாட்டிலும் இயல்புணர்ச்சிகளிலும் முழுமையான மனிதனாக இருக்க வேண்டும். இதைச் செய்தேயாக வேண்டும்.

இரத்தம் புஷ்டியாகவும் தூய்மையாகவும் இருக்குமானால் நோய்க் கிருமிகள் எதுவும் அந்த உடம்பில் வாழ முடியாது. நமது ஜீவ ரத்தம்

ஆன்மீகம். அது தெளிவாக ஓடுமானால், புஷ்டியாக, தூய்மையாக, உத்வேகத்துடன் ஓடுமானால் எல்லாம் சரியாக இருக்கும். அந்த இரத்தம் தூய்மையாக இருக்குமானால் அரசியல், சமுதாயம், மற்ற பொருளாதாரக் குறைபாடுகள் எல்லாம் சீராக்கப்பட்டுவிடும், ஏன் நாட்டின் வறுமை கூட தீர்க்கப்பட்டுவிடும் என்று தூய ஆன்மீகத்தால் மறுமலர்ச்சி சிந்தனையை முன்வைத்தவர் சுவாமிஜி அவர்கள்.

ஒவ்வொரு மனிதனும் தனக்கு வேண்டியதைத்தானே தேர்ந்தெடுக்க வேண்டும். அதைப் போலவே ஒவ்வொரு நாடும் பல காலத்திற்கு முன்பே நமக்கு வேண்டியதைத் தேர்ந்தெடுத்து விட்டோம் அதை நாம் பின்பற்றியாக வேண்டும். அதோடு நாம் தேர்ந்தெடுத்தது ஒன்றும் மோசமானது அல்ல.

இந்தியாவில் சமூகச் சீர்திருத்தம்கூட, அது ஒருவரது வாழ்வை எவ்வாறு மேலும் ஆன்மீகமயமாக்கும் என்பதை விளக்கித்தான் போதிக்கப் பட வேண்டும்; அரசியலைப்போதிக்க வேண்டுமானால், தேசம் வேண்டு கின்ற ஒரே விஷயமான ஆன்மீகத்தை அது எவ்வளவு தூரம் வளப்படுத்தும் என்பதை விளக்கிக் காட்டுவதன் மூலமே செய்ய வேண்டும் என்று ஆன்மீகத்தை மையப்படுத்தியவர் சுவாமிஜி அவர்கள்.

இந்தியாவை உயர்த்துவோம்

ஏழைகளுக்கு வேலை வாய்ப்பு தர வேண்டுமானால் உலகாயத நாகரீகம் ஏன், ஆடம்பரம்கூட அவசியமானதுதான். சோறு வேண்டும், சோறு வேண்டும்; இங்கே ஒரு பிடி சோறு கொடுக்கமாட்டாராம், சொர்க்கத்தில் நித்யானந்தத்தைத் தருவாராம். இத்தகைய ஒரு கடவுளில் எனக்கு நம்பிக்கை இல்லை. இந்தியாவை உயர்த்த வேண்டும், ஏழைகளுக்கு உணவு தரவேண்டும் , கல்வியைப் பரப்ப வேண்டும், கொடுமைகளை அகற்ற வேண்டும், சமுதாயக் கொடுமை வேண்டாம்; ஒவ்வொருவருக்கும் சோறு இன்னும் அதிகம் வேண்டும், இன்னும் அதிகமான வாய்ப்புகள் வேண்டும்! என்ற கருத்து அனைவரையும் சமமாக நோக்குகின்ற கருத்தாகும்.

பெண்கள் முன்னேற்றம்

முதலில் பெண்களை முன்னேற்றியாக வேண்டும்! பாமரர்களை விழிப்புணர்த்தியாக வேண்டும். அப்போதுதான் இந்த நாட்டிற்கு நன்மை வர முடியும் என்று கூறியவர் சுவாமிஜி அவர்கள்.

அனைவருக்கும் கல்வி

நமது நாட்டின் தாழ்ந்த வகுப்பினருக்குச் செய்ய வேண்டிய ஒரே சேவை கல்வி அளிப்பது; அவர்கள் இழந்த தனித்துவத்தை மீண்டும் பெறச் செய்வது.... அவர்களுக்குக் கருத்துக்களை அளிக்க வேண்டும்; தங்களைச் சுற்றி உலகில் என்ன நடக்கிறது என்பதை அறியுமாறு அவர்களின்

கண்கள் திறக்கப்பட வேண்டும்; பிறகு அவர்கள் தங்கள் உயர்வைத் தாங்களே தேடிக் கொள்வார்கள். ஒவ்வொரு நாடும், ஒவ்வோர் ஆணும், ஒவ்வொரு பெண்ணும் தங்கள் உயர்வைத் தாங்களே தேடிக்கொள்ள வேண்டும்.

பலமுகப் பரிமாணக் கருத்துப் பரிமாற்றம் கட்டாயம் தேவை

சுவாமிஜிஅவர்கள் கொடுப்பதும் எடுப்பதுமே நியதி. எனவே இந்தியா மீண்டும் தன்னை உயர்த்திக் கொள்ள வேண்டுமானால், தனது பொக்கிஷங்களை வெளியே கொண்டு வந்து உலக நாடுகளுக்கெல்லாம் அவற்றை வாரி இறைக்க வேண்டும்; பதிலாக மற்றவர்கள் தருவதை ஏற்றுக் கொள்ளத் தயாராக இருக்க வேண்டும். இது மிகவும் அவசியம் என்று கூறினார்.

உலகின் எல்லா இனத்தினருடனும் நாம் கலந்து பழக வேண்டும். வெறும் மூட நம்பிக்கை மூட்டைகளாக, சுயநலப் பொதிகளாக இருக்கக் கூடாது. 'நானும் அனுபவிக்க மாட்டேன்' 'உன்னையும் அனுபவிக்க விடமாட்டேன்' என்பதை வாழ்க்கையின் ஒரே நோக்கமாகக் கொண்டுள்ள நூற்றுக்கணக்கானோரைவிட அயல்நாடுகளில் பயணம் செய்கின்ற ஒவ்வொருவரும் தனது நாட்டிற்கு நன்மையே செய்கிறான். நாம் வெளிநாடுகளுக்குச் செல்ல வேண்டும். கொடுத்தலும் வாங்கலுமே வாழ்க்கையின் ரகசியம். எந்திரங்கள் பற்றி அவர்களிடமிருந்து கற்றுக் கொள்ளலாம். வேறு பலவற்றையும் அவர்களிடமிருந்து கற்கலாம். ஆனால் நாமும் அவர்களுக்குச் சிலவற்றைக் கற்றுத் தர வேண்டும். அது, நமது ஆன்மீகம். வெளிநாடுகளுக்குச் சென்றாக வேண்டும். அவர்கள் தரக்கூடிய ஏதாவதைப் பெற்றுக் கொண்டு, பதிலாக நாம் அவர்களுக்கு ஆன்மீகத்தை அளிக்க வேண்டும். ஆன்மீகத்தின் அற்புத சாம்ராஜ்யத்தை அவர்களுக்கு அளித்து, அதற்குப் பதிலாக அற்புத சாம்ராஜ்யத்தை நாம் பெற்றுக் கொள்ளவேண்டும். மேலை நாட்டு விஞ்ஞானத்துடன் வேதாந்தம் ஞானம் வேண்டும். பிரம்மச்சரியம் என்பது மூலமந்திரமாக வேண்டும். சிரத்தை, தன்னம்பிக்கை இவை வேண்டும். உலகப் பொருட்களைப் பற்றிய அறிவு, சங்கங்களின் சக்தி, அதிகாரங்களைக் கையாளும் திறமை, சங்கங்களை உருவாக்குகின்ற திறமை, குறைந்த சக்தியைச் செலவழித்து அதிகப் பலன்களை அடையும் திறமை இவற்றையெல்லாம் நாம் கற்றுக் கொள்ள வேண்டியிருக்கிறது. வேதாந்தத்தின் மிக உன்னதமான ரகசியங்களை மேலைநாடுகளுக்கு உபதேசிப்பதன் மூலம் அந்த மகத்தான நாடுகளின் நல்லெண்ணத்தையும் மதிப்பையும் பெற்று, நாம் அவர்களுக்கு என்றென்றும் ஆன்மீக குருவாக இருப்போம். அவர்கள் எல்லா பௌதீக விஞ்ஞானங்களிலும் நமக்கு ஆசிரியர்களாக விளங்குவார்கள்.

இரண்டு நாடுகளுக்கிடையே ஆன்மீகத்தைப் பெருமளவில் பரப்புவதாலும் இந்த நாடும் மேலை நாடுகளும் அதிக நன்மை அடையும். இதனுடன் ஒப்பிடும்போது, அரசியல் விஷயங்கள் இரண்டாம் பட்சமே. அக இயற்கையை வெல்வதை இந்தியா ஐரோப்பாவிடமிருந்தும், புற இயற்கையை வெல்வதை ஐரோப்பா இந்தியாவிடமிருந்தும் கற்றுக் கொள்ள வேண்டும். அப்போது இந்துக்கள், ஐரோப்பியர்கள் என்ற பிரிவு போய், அகத்தையும் புறத்தையும் வென்ற இலட்சிய மனித இனம் தோன்றும். நாம் மனிதனின் ஒரு பக்கத்தை வளர்த்தோம், அவர்கள் மற்றொரு பக்கத்தை வளர்த்தார்கள். இந்த இரண்டின் சேர்க்கைத்தான் தேவை என்ற கருத்து ஒட்டுமொத்த சமுதாயத்தையும் உயர்த்தக் கூடியவை.

இந்தியப் பாரம்பரியங்களுடன் புதிய இந்தியா

அற்புதமான இந்தத் தேசிய எந்திரம் காலங்காலமாக வேலை செய்து கொண்டிருக்கிறது, தேசிய வாழ்க்கை என்னும் இந்த ஆச்சரியமான ஆறு நம் முன் ஓடிக்கொண்டிருக்கிறது.

தேசிய வாழ்க்கைக்குத் தேவையான உணவைக் கொடுங்கள், ஆனால் வளர்ச்சி அதைப் பொறுத்தது. அது வளர்வதற்கு யாரும் கட்டளையிட முடியாது. நம் சமூகத்திற்குத் தீமைகள் அதிகமாக உள்ளன, ஆனால் அதுபோல் மற்ற ஒவ்வொரு சமூகத்திலும் தீங்குகள் இருக்கவே செய்கின்றன. தீமையை இனம்காட்டவும் எல்லோராலும் முடியும். ஆனால் பிரச்சினையிலிருந்து விடுபட வழி காண்பவன் அல்லவா மனித குலத்தின் நண்பன் என்ற சுவாமிஜியின் கருத்து மனதில் என்றும் நினைக்கத்தக்கவை.

நம் இயல்பிற்கு ஏற்பவே நாம் வளர வேண்டும். வெளிநாட்டுச் சங்கங்கள் நம்மீது திணித்துள்ள செயல்முறைகளைப் பின்பற்ற முயல்வது வீண், அவ்வாறு நடக்கவும் முடியாது. அப்படி முடியாததற்காக இறைவனுக்கு நன்றி சொல்வோம். வளைத்து நீட்டி, கொடுமைப் படுத்துவதன் மூலம் நம்மை மற்ற நாடுகளின் அமைப்பில் உருவாக்க முடியாது. மற்ற இனங்களின் சமூக அமைப்புகளை நான் நிந்திக்கவில்லை: அவைஅவர்களுக்கு உணவாக இருப்பது நமக்கு விஷமாகலாம். கற்க வேண்டிய முதல் பாடம் இது. தங்கள் பல்வேறு அறிவியல், மற்ற அமைப்புக்கள், மற்ற மரபுகளின் பின்னணியில் தற்போதைய அமைப்பு முறையே அவர்கள் பெற்று இருக்கிறார்கள். நமது பாரம்பரியத்திற்கு ஏற்ப, ஆயிரக்கணக்கான ஆண்டுகளின் செயல்களின் பின்னணியில் அமைந்த, நமக்குச் சொந்தமான முறையில் தான் நாம் இயல்பாகச் செல்ல முடியும். நமது சொந்த பாதையில்தான் சுலபமாகச் செல்ல முடியும். அதை நாம் செய்தாக வேண்டும்.

தீப்பொறி பறக்கின்ற தேச பக்தர்கள் தேவை

செல்வமிழந்த, பேரிழந்த, புத்தி மங்கிய, பிறருடைய காலடியில் மிதிபடுகின்ற, எப்போதும் உணவில்லாமல் வாடுகின்ற, கலக்கத்தை விரும்புகின்ற, பிறர் நலனில் பொறாமைப்படுகின்ற இந்தப் பாரத மக்களிடமும் யாராவது இதயபூர்வமான அன்பு வைத்தால் மீண்டும் பாரதம் விழித்தெழுந்துவிடும். எப்போதும் பரந்த மனம் கொண்ட நூற்றுக்கணக்கான ஆணும் பெண்ணும் எல்லாவிதமான போக ஆசைகளையும் உதறித் தள்ளிவிட்டு வறுமை, அறியாமை ஆகிய சூழல்களில் மேலும்மேலும் மூழ்கிக்கொண்டிருக்கின்ற கோடிக்கணக்கான நம் நாட்டு மக்களின் நன்மையே மனம், சொல், உடல் மூன்றாலும் விரும்புவார்களோ அப்போதுதான் பாரதம் விழிப்புறும். நாட்டுப் பற்று உடையவர்களாக இருங்கள். கடந்த காலத்தில் இவ்வளவு மகத்தான காரியங்களைச் செய்த இந்த இனத்தை நேசியுங்கள் என்ற உன்னதமான கருத்து போற்றத்தக்கவை.

நாட்டுப் புணரமைப்பின் முன்னோடிகளுக்கு

இளைய தலைமுறையினரிடமும், நவீன தலைமுறையினரிடமும் எனது நம்பிக்கை இருக்கிறது. அதிலிருந்து எனது தொண்டர்கள் தோன்றுவார்கள். சிங்கக்குட்டிகளைப் போன்று அவர்கள் இந்த முழு பிரச்சினைக்கும் தீர்வு காண்பார்கள்.

அன்பு, நேர்மை, பொறுமை - இவை மூன்றும் இருந்தால் போதும், வேறு எதுவும் தேவை இல்லை.

எல்லா அன்பும் வாழ்வு. அன்பே வாழ்வின் ஒரே நியதி. எல்லா சுயநலமும் மரணமே- இந்த உலகமோ, அல்லது மறு உலகமோ இது உண்மை, நன்மை செய்வது வாழ்வு, பிறருக்கு நன்மை செய்யாமல் இருப்பது சாவு. உணர்ச்சி கொள்ளுங்கள் உணர்ச்சி கொள்ளுங்கள். ஏழைகளுக்காக, பாமரர்களுக்கு, ஒதுக்கப்பட்டவர்களுக்கு உணர்ச்சி கொள்ளுங்கள், உணர்ச்சியில் ஆழ்ந்து சொல்லுங்கள், இதயமே நின்று, மூளை குழம்பி, உங்களுக்குப் பைத்தியமே பிடித்துவிடுமென தோன்றும் வரையிலும் உணர்ச்சியில் முழுகுங்கள். பிறகு இறைவனின் திருவடிகளில் உங்கள் அந்தராத்மாவைச் சமர்ப்பியுங்கள். அப்போது ஆற்றல் வரும், உதவி வரும், குறையாத ஊக்கம் வரும். பாடுபடுங்கள் பாடுபடுங்கள் என்று உழைப்பை முன்வைத்தவர் சுவாமி விவேகானந்தர் அவர்கள்.

பணத்தால் பயனில்லை, பெயரால் பயனில்லை, கல்வியால் பயனில்லை, அன்பு ஒன்றே பயன்தருவது. துளைக்க முடியாத சுவர்களையெல்லாம் துளைத்து முன்னேறக் கூடியது ஒழுக்கம் ஒன்றுதான்.

பணக்காரர், பெரிய மனிதர் என்று கூறப்படுபவர்களை எதிர்பார்க்க வேண்டாம், இதய உணர்ச்சி இல்லாத வறட்டு அறிவு நிறைந்த எழுத்தாளர்களையோ, பத்திரிக்கைகளில் அவர்கள் எழுதுகின்ற உயிரற்ற கட்டுரைகளையோ பொருட்படுத்தாதீர்கள். நம்பிக்கை, இரக்கம்! வாழ்வு பெரிதல்ல, குளிர் பெரிதல்ல, இறைவனின் மகிமையைப் பாடுவோம். முன்னேறிச் செல்லுங்கள், இறைவனே நமது தளபதி. வீழ்பவர்களைத் திரும்பி பார்க்காதீர்கள், முன்னோக்கியே சென்று கொண்டிருங்கள். மேலும் மேலும் செல்லுங்கள்.

தியாகமும் சேவையும் - தாரக மந்திரம் நமது வழியை மிக எளிதாக கூறிவிடலாம். நமது தேசிய வாழ்வை மீண்டும் நிலைநாட்டுவதே அது. புத்தர் தியாகத்தைப் பிரச்சாரம் செய்தார். இந்தியா அதை கேட்டது. ஆறு நூற்றாண்டுகளில் அது மகோன்னதத்தை அடைந்தது. அதுதான் ரகசியம். தியாகமும் சேவையும்தான் இந்தியாவின் லட்சியங்கள். இந்தத் துறையில் இந்தியாவை ஊக்கப்படுத்தினால் மற்றவை தம்மைத் தாமே செம்மைப்படுத்திக்கொள்ளும் என்ற சிந்தனையை சுவாமிஜி அவர்கள் முன்வைக்கிறார்.

தீவிரமான செயல்திறன் - மற்றொரு தேவை

அந்த சக்தி, அந்தச் சுதந்திர தாகம், அந்தத் தன்னம்பிக்கை, அந்த அசையாத உறுதி, அந்த செயல்திறன், அந்த லட்சியத்தில் ஒற்றுமை, அந்த முன்னேற்றத்தில் ஆசை இவை நமக்கு வேண்டும். தொடர்ந்து பின்னோக்கிப் பார்ப்பதைச் சற்று விட்டுவிட்டு, முன்னோக்கி நெடுந்தூரம் செல்லும் பரந்த பார்வை வேண்டும். தலையிலிருந்து கால்வரை ஒவ்வொரு நரம்பிலும் செயல்துடிப்பு வேண்டும். ஒவ்வொரு நாட்டையும் சிறப்படையச் செய்ய மூன்று விஷயங்கள் தேவை.

1. நல்லியல்பின் ஆற்றல்களில் திட நம்பிக்கை.

2. பொறாமையும் சந்தேகமும் இல்லாதிருத்தல்.

3. நல்லவர்களாக இருந்து நன்மை செய்ய முயல்கின்ற அனைவரும் உதவுதல்.

ஒரு கட்டுப்பாட்டிற்கு உட்பட்டு சேர்ந்து பணியாற்றும் போக்கு நம் இயல்பில் அறவே இல்லை. ஆனால் அதைப் புகுத்தியாக வேண்டும். பொறாமையின்மை பரம ரகசியம். உன் தோழர்களின் கருத்துக்களுக்கு விட்டுக் கொடுத்து, அவர்களை அரவணைத்துச் செல்ல முயற்சி செய். முழு இரகசியமும் இதுவே. ஆற்றல்களைச் சிதற விடுதல், சோம்பல், வீண்பிதற்றல்கள் இவற்றைவிட்டு, தலைவர்களிடம் பணிவுகாட்டுவது, பொறாமையின்மை, தீவிர விடாமுயற்சி, வற்றாத தன்னம்பிக்கை

சுவாமி விவேகானந்தர் ஒரு பன்முகப்பார்வை   57

போன்ற குணங்களை ஆங்கிலேயரிடமிருந்து கற்பது மிகவும் இன்றி
யமையாதது. ஓர் ஆங்கிலேயன் ஒரு தலைவனைத் தேர்ந்தெடுத்து
விட்டால், எத்தனை துன்பங்கள் நேரிட்டாலும் அவனையே
பின்பற்றுவான். அவனுக்குக் கீழ்ப்படிவான். இங்கே இந்தியாவில்
ஒவ்வொருவனும் தலைவனாக இருக்க விரும்புகிறான், கீழ்ப்படிய
யாருமில்லை. அதிகாரம் செலுத்துவதற்கு முன், கீழ்ப்படியக்
கற்றுக்கொள்ள வேண்டும்.

இந்தியா - இப்போதைய முக்கிய கவனம்

நம் முன் உள்ள மகத்தான இலட்சியம் இது. ஒவ்வொருவரும் தயாராக
இருக்க வேண்டும். உலகம் முழுவதையும் இந்தியா வெல்ல வேண்டும்.
அதற்குக் குறைந்த எதுவும் நம் இலட்சியமல்ல. நாமெல்லாம் அதற்குத்
தயாராவோம். அதற்காக நம் நரம்புகள் ஒவ்வொன்றையும் முறுக்
கேற்றுவோம் என்ற சுவாமி விவேகானந்தரின் கருத்தை முன்வைப்போம்.
முன்னேறுவோம்.

6. தமிழகம் கொண்டாடும் சுவாமி விவேகானந்தர்

- முனைவர் ப. வடிவேல்
தமிழ் இணைப் பேராசிரியர்,
என்.ஜி.எம். கல்லூரி,
பொள்ளாச்சி.

எண்ணற்ற மகான்கள் அவதரித்த பெருமைமிகு ஆன்மிக பூமி நம் பாரத பூமி. வடக்கிலும் தெற்கிலுமாகத் தோன்றி, நாட்டு நலனுக்ககாவும் மக்கள் நலனுக்காகவும் தன் நலனைத் தியாகம் செய்த அவதார புருஷர்கள் பலர்.

அவ்வகையில் 1863 ஜனவரி 12 அன்று வடநாட்டில் கல்கத்தாவில் அவதரித்த நரேந்திர நாத் என்னும் சுவாமி விவேகானந்தருக்குத் தென்குமரியின் கடல் சூழ்ந்த பாறை நிலம்தான் அமைதியையும் தெளிவையும் அளித்தது.

சுவாமிஜியின் வாழ்வில் நடந்த இன்றியமையாத நிகழ்வுகளின் களமாகத் தமிழகமே விளங்கியது எனில் அஃது மிகையன்று. சுவாமிஜி உலகப்புகழ்ப் பெறக் காரணமான சிகாகோ பேருரை நிகழ்ச்சிக்கு முன்னும் பின்னும் எனக் கால வரையறை செய்து கொண்டு தமிழகத்தில் அவர் பாதம் பதித்த இடங்களையும், அன்பினாலும் பக்தி யாலும் அவரை மனதுள் பதித்துக் கொண்ட சீடர்களையும் அறிமுகப் படுத்துவதோடு, அந்நாளில் அவர்கள் கொண்டாடிப் போற்றிய சுவாமி விவேகானந்தரை எந்நாளும்கொண்டாடிப் பின்பற்றும் ஆவலில் எழுந்தது இம்முயற்சி.

பாரத நாட்டின் வருங்காலம்

நாட்டையும் நாட்டு மக்களையும் பற்றிய சிந்தனையோடு இருந்த சுவாமிஜி அவர்களின் நிறைவுப் பொதுக் கூட்ட உரை, பிப்ரவரி 14ஆம் தேதி ஞாயிறன்று ஹார்ம்ஸ் சர்க்கஸ் அரங்கத்தில் 'பாரத நாட்டின் வருங்காலம்' என்ற தலைப்பில் ஆற்றப் பட்டது. திரு. என். சுப்பராவ் பந்துலு தலைமை தாங்கிய இக் கூட்டத்தில் மூவாயிரம் பேர் கலந்து கொண்டனர். சுவாமி சிங்கத்தைப் போல் கர்ஜித்தார். மேடையில் குறுக்கும் நெடுக்கும் நடந்தபடி அவர் பேசியது எங்கும் எதிரொலித்தது

எனப் பதிவு செய்யப்பட்டுள்ளது. அக்கூட்டத்தில் அவர் கூறிய கருத்துக்கள், "இந்த தொன்மையான நாட்டில்தான் ஞானம் உலகின் வேறெந்த நாட்டுக்கும் செல்லுமுன் வந்து குடிகொண்டது. உலகில் வாழ்ந்த மாபெரும் முனிவர்கள் இங்குத்தான் காலடி எடுத்து வைத்தனர். இங்குத்தான் ஆன்மா அழியாதது என்ற தத்துவம், அனைத்தையும் மேற்பார்வை இடுகின்ற கடவுள் பற்றிய தத்துவம், இயற்கை யினுள்ளும் மனிதனுக்குள்ளும் உறைந்து இருக்கிற கடவுள் தத்துவம் இவை உதித்தெழுந்தன. இங்குத்தான் சமயம் தத்துவம் இவற்றின் தலையாய இலட்சியங்கள் நிறை நிலை அடைந்தன. ஆன்மிகமும் தத்துவமும் திரும்பத்திரும்பப் பொங்கி மேலெழுந்தது இங்கேதான்.

பலநூற்றாண்டுகளின் அதிர்ச்சிகளை நூற்றுக்கணக்கான வெளி நாட்டுப் படையெடுப்புகளை பாரதம் தாங்கிக் கொண்டு நிற்கின்றது. எதிர் காலம் என்பது கடந்த காலத்தின் அடிப்படையில்தான் நிர்மாணிக்கப் படுகின்றது. நாம் முன்பிருந்ததைவிட மகிமை பொருந்திய பாரதத்தை நிர்மாணிக்க வேண்டும். இனம், சமயம், மொழி, அரசாங்கம் இவை எல்லாம் சேர்ந்துதான் ஒரு தேசத்தை உருவாக்குகின்றன. நமக்குப் பொதுப் படையான அடித்தளம் நமது புனிதப் பாரம்பரியமாகிய சமயம்தான்.

அத்தகைய நம் வீரியம், நம் பலம், தேசீய வாழ்க்கை நம் சமயத்தில்தான் இருக்கிறது என்பதை நாம் கண்டிருக்கிறோம்.

"நான் சென்னையின் எல்லையைவிட்டு அமெரிக்காவுக்கும், இங்கிலாந்துக்கும் சென்றது இக்கருத்துக்களைப் பிரச்சாரம் செய்வ தற்காக மட்டும்தான். நான் சமயப் பாராளுமன்றத்தையோ வேறெதையோ பொருட்படுத்தவில்லை. அது எனக்குக் கிடைத்த ஒரு வாய்ப்புத்தான். உண்மையில் என்னை உலகெங்கிலும் பயணம் செய்ய உற்சாகமூட்டியவை இக்கருத்துக்களே." என அக்கூட்டத்தில் சுவாமிஜி கூறிய கருத்துக்கள் நம் பாரத நாட்டின் மீது கொண்டிருந்த அசைக்க முடியாத நம்பிக்கையையும் எதிர்காலத்தில் அது எவ்வாறு உருவாக வேண்டும் என்னும் உயர்ந்த இலட்சியத்தையும் கொண்டதாக இருந்தன.

தென்னாட்டுப் பயணம்

சமயம் என்பது சத்தியத்தை உணர்வதில் இருக்கிறது. மரணமிலாப் பெருவாழ்வு வாழ்வதில் இருக்கிறது. அதற்குக் குறைந்த எந்த இலட்சியத்தையும் ஏற்கத் தயாராயில்லை என்னும் அமுத சிந்தனையை இதயத்தில் இருத்திக்கொண்டு சுவாமிஜி மூன்று முறை தமிழகத்திற்கு எழுந்தருளினார். முதல்முறை 1892 டிசம்பர் 25 ஆம் நாள் முதல் 1893 ஏப்ரல் 10 ஆம் நாள்வரை பயணம் செய்து கன்னியாகுமரி, மதுரை, ராமேசுவரம், பாண்டிச்சேரி, சென்னை ஆகிய இடங்களில் சொற்பொழி வாற்றினார்.

இரண்டாம் முறை 26.01.1891-இல் அமெரிக்காவிலிருந்து திரும்பி வந்ததும் தமிழ் மண்ணில் காலடி எடுத்து வைத்து பாம்பன், இராமேசுவரம், இராமநாதபுரம், பரமக்குடி, மானாமதுரை, மதுரை, கும்பகோணம், சென்னை ஆகிய இடங்களில் அருள் முழக்கச் சொற்பொழிவுகளை நிகழ்த்திய பின் 14.2.1897-இல் சென்னையிலிருந்து கப்பல் மூலம் கல்கத்தா திரும்பினார்.

மூன்றாம் முறை 1899 ஜூன் 20 அன்று தன் இரண்டாவது மேற்குநாட்டு விஜயத்திற்காகக் கல்கத்தாவிலிருந்து கப்பல் மூலம் சுவாமிஜி புறப்பட்டார். அப்போது கல்கத்தாவில் கொள்ளைநோய் பரவி இருந்ததால் அதிகாரிகள் சுவாமிஜியை, கப்பலிலிருந்து சென்னையில் 24.6.1899 அன்று இறங்க அனுமதிக்கவில்லை. அதனால் சென்னை அன்பர்களான அளசிங்கப் பெருமாள், பிலிகிரி ஐயங்கார், ஜி.ஜி. நரசிம்மாச்சாரி, டாக்டர் நஞ்சுண்டராவ், சிங்காரவேல் முதலியார், சுவாமி இராமகிருஷ்ணானந்தா, சுவாமி நிர்பயானந்தர் ஆகியோரும் வேறு பல அன்பர்களும் படகுகளில் சென்று பழங்களும் மலர்களும் கொடுத்து சுவாமிஜியை வரவேற்று உரையாடியுள்ளனர். ஆர்வமிகு அளசிங்கப் பெருமாள் சுவாமிஜியுடன் இலங்கை வரை பயணம் செய்துள்ளார்.

“பகவான் ஸ்ரீ ராமகிருஷ்ணர் 1886 ஆகஸ்ட் 15ஆம் தேதி இரவு உடலை உகுத்தபின் அவருடைய தலையாய சீடரான சுவாமி விவேகானந்தர் பாரதத்தைப் புரிந்து கொள்ளும் பொருட்டு அலையும் துறவியாகப் பல ஆண்டுகள் பயணம் செய்தார். இந்நாட்டின் தென்கோடி முனையைக் கண்டு, இந்நாட்டின் நான்கு தலையாய புனிதத்தலங்களுள் ஒன்றாகிய ராமேஸ்வரத்தைத் தரிசனம் செய்ய வேண்டும் என்ற விருப்பத்துடன் புறப்பட்டார். இப்பயணத்தில் தன் வாழ்வின் இலட்சியப் பணி என்ன? பாரதத்தை உயர்த்துவது எப்படி? உலகின் குருவாக பாரதம் ஆற்ற வேண்டிய நற்பணி என்ன? என்ற கேள்விகளையெல்லாம் தனக்குள் கேட்டுக் கொண்டே நடந்தார்.” என, கன்னியாகுமரி விவேகானந்தர் கேந்திரத் தொண்டர் ஒருவர் ‘தமிழகம் கண்ட சுவாமி விவேகானந்தர்’ என்னும் தனது நூலில் குறிப்பிட்டுள்ளார்.

தமிழகம் தந்த விடைகள்

சென்னை உதவி அக்கவுண்டண்ட் ஜெனரல் பதவி வகித்த மன்மதநாத் பட்டாச்சாரியார் என்ற வங்காளி கனவான் தம் பணிநிமித்தம் திருவனந்தபுரம் வந்திருந்தார். அவருடன் 22. 12. 1892 அன்று திருவனந்தபுரத்தைவிட்டு கோச்சு வண்டியில் சுவாமிஜி கன்னியாகுமரி புறப்பட்டார். பட்டாச்சாரியாரின் பெண் குழந்தையை, தேவியாக சுவாமிஜி சுசீந்திரம் திருக்கோவிலில் வழி பட்டார் என்னும் செவிவழிச் செய்தி வழங்குவதான குறிப்பும் ஒன்றுண்டு.

1892 ஆம் ஆண்டு டிசம்பர் 25-ஆம் தேதி சுவாமிஜி கன்னியாகுமரி வந்தடைந்த போது அது ஒரு சிற்றூராக இருந்தது. சுவாமி விவேகானந்தர் குமரி வந்த உடன் அம்மன் கோவிலுக்குச் சென்று விழுந்து வணங்கினார்.

கோவிலை விட்டு வெளியே வந்த சுவாமி விவேகானந்தர் முக்கடலும் சந்திக்கும் முனையைக் கண்டார். அலைமோதும் கடல் அவரது உள்ளத்தில் மோதுகின்ற அலைகளுக்கு வெளியே ஓர் உருவம் தந்ததைப் போல இருந்தது. முன்னர் குறிப்பிட்டுள்ள மூன்று வினாக்கள் அலைமோத லுடன் திரும்பத்திரும்ப எழுந்தன. “என்னுடைய குருநாதர் நான் நிர்விகர்ப்ப சமாதி அடையாவிட்டாலும் கூடப் பரவாயில்லை. நான் பாரத நாட்டுக்கும் உலக மக்களுக்கும் ஆற்ற வேண்டிய தொண்டு ஒன்று இருக்கிறது.” என்று கூறினாரே அது என்ன தொண்டு? இது சுவாமிஜி மனத்தில் எழுந்த முதல் கேள்வி.

இரண்டாவது கேள்வி வியாசர் முதல் ஸ்ரீராமகிருஷ்ணர் வரை எத்தனையோ மகான்கள் தோன்றியும் இன்று இந்தப் பாரத நாடு அடிமையிலும் வறுமையிலும், சோம்பலிலும் தன்னம்பிக்கை இழந்தும் தவிக்கிறதே, இந்த நாட்டைப் பலம் பொருந்தியதாக ஆக்குவதற்கு என்ன திட்டத்தை நான் கைக்கொள்ள வேண்டும்?

உலகத்திற்கு ஆன்மிகத்திலும், தெய்வபக்தியிலும், நன்னடத்தை யிலும் பாரதம் ஆசானாக விளங்கும் என்று விவேகானந்தர் நூல்களில் கற்று அறிந்திருந்தார். “உலக மக்களுக்கு இந்த நாடு எதைக் கற்றுத் தரவேண்டும்?” என்பது சுவாமி விவேகானந்தரின் மனத்தில் எழுந்த மூன்றாவது கேள்வி. இவ்வினாக்களுக்கு விடையைத் தென்குமரியின் கடல் நடுவில் இருந்த பாறைகளின் மீதமர்ந்து செய்த தவம் பதிலளித்தது.

தியாகமும் தொண்டும்

“இந்திய ஆன்மிக உணர்வின் மொத்தத் திரட்சியின் சுருக்கம்” என்று தன்னை உணர்ந்தார் சுவாமி விவேகானந்தர். அவர் தன்னைப் “பாரதத்தின் குறுகிய வடிவம்” என்று வருணித்துக் கொண்டார். அவர் மனதில் எழுந்த மூன்று கேள்விகளுக்கும் விடை அவருக்கு இங்கே கிடைத்தது.

பாறையில் அமர்ந்திருந்த சுவாமி விவேகானந்தர் மனத்திரையில் நிகழ்ந்த நிகழ்வுகளைப் பின்னாளில் அவர் கூறக்கேட்ட குறிப்பின் வழி அறியவரும் செய்திகள், “அவர் கண்முன் புத்தனும், இராமனும், அரிச் சந்திரனும் தோன்றினார்கள். தங்களுடைய அரசாட்சியைத் துறக்காம லேயே மக்களுக்குத் தொண்டு செய்திருக்க முடியும் என்றாலும் கூட தியாகம் செய்வதால் தொண்டின் இனிமை கூடி விடுகிறது என்பதை உலகிற்கு வலியுறுத்துவதற்காக அயோத்தியை ராமனும், கபில வஸ்துவை

சித்தார்த்தனும் தன்நாட்டை அரிச்சந்திரனும் துறந்து துன்பப் பட்டார்கள். இந்தக் காட்சியைத் தன் மனத்திரையில் கண்ணுற்ற சுவாமி விவேகானந்தருக்கு, நாட்டிற்கும் உலக மக்களுக்கும் ஆற்ற வேண்டிய தொண்டு எது? என்ற முதற்கேள்விக்கான விடை கிடைத்தது.

தியாகமும் தொண்டுமே பாரத நாட்டின் இரு கண்கள். இந்நாட்டை அத்திசையில் ஊக்கமுடன் செலுத்துங்கள். மற்றவை எல்லாம் தன்னைத் தானே கவனித்துக் கொள்ளும் என்ற விடை கிடைத்ததின் மூலம் இந் நாட்டைப் பலம் பொருந்திய நாடாக ஆக்க என்ன செய்ய வேண்டும் என்ற இரண்டாம் கேள்விக்கான விடை கிடைத்தது.

தியாகத்திலிருந்தே பலம் கிடைக்கும். இதை நன்கு உணர்ந்து சகோதரி நிவேதிதையும், "புத்தர் தோன்றி தியாகத்தின் பெருமையைச் சொன்னார், இருநூறு ஆண்டுகளில் பாரதம் ஒரு பேரரசு ஆயிற்று" என்று கூறினார். சுவாமி விவேகானந்தர் புத்தருடைய வாழ்க்கையில் கண்டுகொண்ட இன்னொரு பெரிய அற்புதம் அவர் நூற்றுக்கணக்கான சீடர்களைத் தோற்றுவித்து உலகமெங்கும் சென்று பாரதத்தின் பண்பாட்டையும், தான் கண்ட சத்தியங்களையும் பரப்பினார் என்பதுதான். இதன் மூலம் உலகத்து நாடுகளுக்கு குருவாக மாறி பாரதம் ஆற்ற வேண்டிய கடமை என்ன என்ற மூன்றாம் கேள்விக்கான விடை சுவாமிஜிக்குக் கிடைத்தது.

இப்படி, தான்தேடிவந்த மூன்று கேள்விகளுக்கான விடைகளையும் தமிழகத்தின் கன்னியாகுமரியிலேயே கண்டார். வடநாட்டில் பிறந்த வர்க்குத் தென்குமரி முனைதான் அமைதியும் தெளிவும் அளித்தது.

இராமேஸ்வரம்

கன்னியாகுமரியில் சுவாமி விவேகானந்தர் பெற்ற உயர்ந்த ஞானம் அவருடைய வாழ்க்கையில் ஒரு திருப்புமுனையாக அமைந்தது. புத்தருடைய வாழ்க்கையில் போதி மரத்திற்கு எவ்வளவு முக்கியத்துவம் உண்டோ அதே அளவு முக்கியத்துவம் சுவாமி விவேகானந்தர் வாழ்க்கையில் கன்னியாகுமரியின் கடல் நடுவில் உள்ள பாறைக்கு உண்டு. ஏனெனில் எழுமின்; விழிமின்; உழைமின் என்னும் மந்திரச் சொற்கள் உருவாகக் காரணம் இங்கு மேற்கொண்ட தவமே. கன்னியா குமரியிலிருந்து இராமேஸ்வரம் சென்ற சுவாமிஜி பகவான் இராமர் உருவாக்கி நிலை நிறுத்திய சிவலிங்கத்தைக் கண்டு உள்ளம் நெகிழ்ந்தார். சார்தாம் எனப்படும் நான்கு பாரதப் புனிதத் தலங்களை ஒருங்கே தரிசிக்கும் விருப்பத்தில் ஒரு பகுதி நிறைவேறிற்று. ராமநாதரை வணங்கி இராமேஸ்வரத்தில் உள்ள அக்னி தீர்த்தமாம் கடலிலும் மற்ற தீர்த்தக் குண்டங்களிலும் நீராடினார். அவரது நெடுநாளைய விருப்பம் ஒன்று நிறைவேறிற்று.

தமிழகத்தின் தலைநகர்

இராமேஸ்வரத்திலிருந்து நடைப் பயணமாகவே பாண்டிச்சேரி சென்றடைந்தார். பின்னர் அங்கு எதேச்சையாகச் சந்தித்த மன்மதநாத பட்டாச்சாரியாருடன் சுவாமிஜி சென்னை சென்றார். அவர் வாழ்க்கையில் நெருங்கிய தொடர்பு கொண்டு நற்றொண்டுகள் பலசெய்த அளசிங்கப் பெருமாள், பாலாஜி, ஜி.ஜி. நரசிம்மாச் சாரியார் ஆகியோரின் அறிமுகம் அங்குத்தான் உண்டாயிற்று.

சுவாமிஜியின் சென்னை வருகை அவருடைய புனித வரலாற்றிலும், பாரத நாட்டின் தொன்மை வரலாற்றிலும் சிறப்பிடம் பெறத் தகுந்த நிகழ்வாகும். அன்றைய சென்னை மாநகரம் முறையான ஆன்மிகப் பாரம்பரியமும் பண்பாடும் நிறைந்த நகரமாகத் திகழ்ந்தது. இளைஞர்கள் பலர் சீடர்களாகச் சேர்ந்தனர். அமெரிக்கா செல்ல நிதி திரண்டதும் சென்னையில்தான். சுவாமிஜியின் மகத்தான பணியாகிய ராமகிருஷ்ணரின் உபதேசங்களைப் பரப்பும் நற்பணி துவங்கியதும் சென்னையில்தான். அமைப்பு ரீதியாக அவர் செயல்படத் தொடங்கி நூல்களைப் பிரசுரம் செய்து, பத்திரிகை தொடங்கி, தன் நிர்வாகத் திறமையை நிலை நாட்டியதும் சென்னையில்தான். சுவாமிஜி அமெரிக்காவிலிருந்து தாய் நாடு திரும்பும்முன் அவர் கருதிய செயலை நடைமுறைப்படுத்த சீடர்கள் தொடங்கியதும் சென்னையில்தான்.

அளசிங்கப்பெருமாள்

"தமிழகத்தில் சுவாமி விவேகானந்தர்" எனக் குறிப்பிட்டுப் பேசுகின்றவர்களும் எழுதுகின்றவர்களும் தவிர்க்க முடியாத பெயர் சுவாமி விவேகானந்தரின் அருமைச் சீடரான அளசிங்கப்பெருமாள். சுவாமிஜியின் பணியில் முழுமனதோடு தன்னை இணைத்துக் கொண்டு சுவாமியைச் சென்னையோடு இணைக்கும் தங்கச் சங்கிலியாக அளசிங்கர் விளங்கினார்.

அழகிய சிங்கமான நரசிம்மரைக் குறிக்கும் அளசிங்கப்பெருமாள் என்று அவர் பெயர் விளங்கிற்று. மண்டியம் சக்கரவர்த்தி அளசிங்கப் பெருமாள் என்னும் அவரது முழுப்பெயர் சுருக்கமாக எம்.சி. அளசிங்கப் பெருமாள் என்றும், 'அச்சிங்கா' என்று செல்லமாகவும் வழங்கப்பட்டது.

சென்னையில் உள்ள பச்சையப்பா கல்லூரி நிர்வாகம் 1908இல் தங்கள் உயர்நிலைப் பள்ளித் தலைமையாசிரியரான அளசிங்கருக்குப் பதவி உயர்வு கொடுத்து அவரை இயற்பியல் விரிவுரையாளராக மாற்றியது. மாதம் 100 ரூபாய் வருவாயில் தனது தாய், தந்தை, மனைவி மற்றும் ஐந்து மக்களைக் காப்பாற்றி வந்த இளம்பிராமணர் அளசிங்கர்.

64 சுவாமி விவேகானந்தர் ஒரு பன்முகப்பார்வை

12.05.1909 அதாவது அளசிங்கரின் மறைவிற்கு அடுத்த நாள் இந்து பத்திரிகை இவ்வாறு குறிப்பிட்டது, "சுவாமி விவேகானந்தரைக் கண்டறிந்தது யார் என்றால் அளசிங்கர்தான் என்று உறுதியாகக் கூறி விடலாம். இந்தியா முழுவதும் சுற்றி வந்த போது யாரும் அறியாத ஒரு துறவியாக விவேகானந்தர் 1893இல் சென்னைக்கு வந்தார். அளசிங்கரின் முயற்சியால்தான் அவர் அமெரிக்கா சென்று, சிகாகோ சர்வமத மகா சபையில் இந்தியாவின் பிரதிநிதியாகக் கலந்து கொள்ள முடிந்தது. வீடு வீடாகச் சென்று பணத்தை யாசித்து விவேகானந்தரை மேலை நாடுகளுக்கு அனுப்பினார். அளசிங்கர் இல்லாவிட்டால் ஒருவேளை நாம் விவேகானந்தரைச் சந்தித்திருக்க இயலாது.

சுவாமி விவேகானந்தரின் வாழ்க்கையிலும் அவரது செய்தியைப் பரப்பி யதிலும் ராமகிருஷ்ண இயக்கம் தென்னிந்தியாவில் வேரூன்றியதிலும் அளசிங்கரின் பங்கு மகத்தானது. "சென்னை இளைஞர்களே! உங்களிடம் தான் எனது நம்பிக்கை உள்ளது" என்று சுவாமி விவேகானந்தர் எழுதும் போது, அவரது மனத்தில் எழுந்த முக்கியமான முகம் அளசிங்க ருடையது தான் என்பதை நாம் உறுதியாகக் கூறமுடியும். சுவாமிஜி அளசிங்கருக்கு மட்டும் சுமார் 43 கடிதங்கள் எழுதியுள்ளார். இருவருக்கும் இடையில் நிலவிய நிகரற்ற உறவுப்பிணைப்பை இக்கடிதங்களில் காணமுடிகிறது.

தொடரும் கொண்டாட்டம்

சுவாமி விவேகானந்தரின் வாழ்க்கைப் பயணத்தில் தவிர்க்க முடியாத இடம் பெற்றது தமிழகமும் தமிழகத்து இளைஞர்களில் குறிப்பாக அந்நாளைய சென்னை இளைஞர்களும் எனில் அது மறுக்கவியலாதது. சுவாமிஜி 1893இல் கன்னியாகுமரியில் தவம் இருந்து அமெரிக்கா சென்று பாரதப் பண்பாட்டைப் பிரச்சாரம் செய்யப் புத்துணர்வு பெற்றது சென்னையில் தான். சீடர்கள் திரண்டது சென்னையில்தான். ஸ்ரீராமகிருஷ்ண மடத்தின் கிளை ஒன்று மிக ஆரம்பகாலத்திலேயே சென்னையில் தொடங்கப் பட்டது. பிரபுத்த பாரதம், பிரம்மவாதின் ஆகிய பத்திரிகைகள் சுவாமிஜியின் ஆசியால் சென்னையில் தொடங்கப்பட்டன.

சுவாமிஜியை அமெரிக்கா அனுப்ப உதவிபுரிந்த ராமநாதபுரம் மன்னர் பாஸ்கர சேதுபதி, அளசிங்கப் பெருமாள் ஆகிய மனிதகுல மாணிக்கங்கள், பி.ஆர். ராஜம் ஐயர் ஆகியோர் விவேகானந்தரின் சிந்தனையில் ஊறிய நற்றமிழர்கள்.

சுவாமிஜி அமெரிக்கா சென்ற பின்பும் அவரது சிந்தனையின் வடிகாலாக விளங்கிய அளசிங்கப்பெருமாள், கிடி என்றழைக்கப்பட்ட

சுவாமி விவேகானந்தர் ஒரு பன்முகப்பார்வை 65

சிங்காரவேலு முதலியார், நஞ்சுண்ட ராவ் எனும் சீடர்களுக்கு 50 கடிதங்கள் மூலம் சிந்தனைப் பொறிகளைப் பரவச்செய்தார்.

சுவாமிஜியின் மாணவியான சகோதரி நிவேதிதையை பாரதி கண்டு, தன் குருவாக ஏற்றார். விவேகானந்தரின் சிந்தனைகள் பாரதியின் தெய்வ பக்தியில், தேசபக்தியில், கவிதையில், மனித நேயத்தில் காணக் கிடைக் கின்றன. இராஜாஜியும், வ உ சியும், பாரதியும், நாமக்கல் கவிஞரும் சுவாமி விபுலானந்தரும், சுவாமி சித்பவானந்தரும், சுப்பிரமணிய சிவாவும், மா.பொ. சிவஞானமும், சி. சுப்பிரமணியமும், தி.சு. அவினாசிலிங்கமும், பெ. தூரனும் சுவாமி விவேகானந்தரைக் கொண்டாடிய தமிழர்கள். அக்கொண்டாட்டம் தமிழகமெங்கும் ஸ்ரீராமகிருஷ்ண மடங்களிலும் விவேகானந்த கேந்திரம், ஸ்ரீராமகிருஷ்ண தபோவனம் ஆகிய அமைப்புக்களின் வழி இன்றும் தொடர்கிறது.

அவ்வகையில் சுவாமி விவேகானந்தரின் திருவுருவச் சிலை நிறுவி, விவேகானந்தர் மாணவர் சிந்தனை மன்றம் வழியே அவரது சிந்தனைகளை மாணவர்கள் மனதில் விதைப்பதன் மூலமும் கருத்தரங் குகளை நடத்துவதன் மூலமும் இக்கல்லூரியும் அக்கொண்டாட்டத்தில் பங்கு கொண்டுள்ளது பெருமைக்குரியது.

7. சுவாமி விவேகானந்தரின் மத நல்லிணக்கச் சிந்தனைகள்

-முனைவர் ச. முத்துவேல்

இணைப்பேராசிரியர் & தலைவர்
தமிழ்த்துறை
என்.ஜி.எம் கல்லூரி.

சுவாமி விவேகானந்தர் புதிய இந்தியாவிற்கும் பழைய இந்தியா விற்கும் பண்டைய மெய்ஞானத்திற்கும் இன்றைய விஞ்ஞானத்திற்கும் பழைய தலைமுறையைச் சேர்ந்தவர்களுக்கும் இன்றைய இளைய தலைமுறையைச் சேர்ந்தவர்களுக்கும் இணைப்புப் பாலமாக விளங்கியவர். மேற்கு நாடுகளின் சிந்தனைகளுக்கும் கிழக்கு நாடுகளின் சிந்தனைகளுக்கும் இணைப்புப் பாலமாகத் திகழ்ந்தவர். அது மட்டுமல்லாது சுவாமி விவேகானந்தர் சமயத் தலைவர்களுக்கும் சமுதாயத் தலைவர்களுக்கும் இணைப்புப் பாலமாகத் திகழ்ந்தவர். அத்தகு தீர்க்கதரிசி குறித்து மாணவர் களும் இளைஞர்களும் அவர் உள்ளார்ந்து உணர்ந்த சமய நல்லிணக்கச் சிந்தனைகளை உள்வாங்கி அவர்வழி எழுச்சி மிகு பீடுநடை போடத் தூண்டுவதே இக்கட்டுரையின் நோக்கமாக அமைகிறது. ஆகவே சுவாமி விவேகானந்தர் சமயச்சிந்தனை குறித்த பல்வேறு சமயச் சான்றோர்கள் அவரைப் பற்றிக் கூறிய கருத்துக்களை இக்கட்டுரை இலையில் பல்வேறு சுவைகளில் பரிமாறப்பட்டுள்ளன. உண்டு உணர்ந்து ஜீரணிக்க அன்புடன் வேண்டுகிறேன்.

சுவாமி விவேகானந்தரிடம் பக்தியோகம், கர்மயோகம், ராஜயோகம் ஆகியவையும் உண்டு; சாக்தம் கூறும் சக்தி வழிபாடு குறித்த கருத்துக்களும் உண்டு; சைவம் வைணவம் குறித்த கருத்துக்களும் உண்டு. சாந்தம், வாத்சல்யம், சக்யம், தாஸ்யம் மதுரபாவம் போன்ற கருத்துக்களும் உண்டு. சமய சமரசம் குறித்த கருத்துக்களும் உண்டு. சமுதாயச் சீர்திருத்தக் கருத்துக்களும் உண்டு. தொண்டு, கலைகள், பெண்கள் முன்னேற்றம், கல்வி, ஏழை எளியவர்களை உயர்த்துதல், பொருளாதாரம், தீண்டாமை, சமத்துவம் போன்ற சமுதாய நலனுக்கு உகந்த சீரிய கருத்துக்களும் உண்டு என்று எண்ணும் போது வியந்து போகிறோம். இவ்விதம் சுவாமிஜி அவர்கள் நம் கண் முன் ஓர் ஆன்மிக ஆச்சாரியராகக் (GOD MAN) காட்சி தருகிறார்.

"இந்தியப் பொன்னாட்டின் புகழ்ச் சரித்திரத்தில்
இதுபோல் திருநாளைக் கண்ட துண்டா?
சந்தனத்தின் நிறத்தில் தலைப்பாகை சூடி
தனிச் சிவப்பு நீள் அங்கி தரித்துக் கொண்டு
வந்தார் ஒரு சூரியன் போல் விவேகானந்தர்.
மாபெரிய சிகாகோ அரங்கத்துக்குள்
செந்திருவாய் மலர்ந்தருளிப் பேசலானார்
திசையெட்டும் கரம் கொட்டும் வானம் முட்டும்
அமெரிக்கச் சகோதரிகள், சகோதரர்கள் என,
அண்ணலவர் தொடங்கினார் அக்கணத்தில்
இமயத்தில் ஆர்த்தெழுந்த முகில்கள் போல
எழுந்தெழுந்து கரம் கொட்டுகிறார்
சமயப் பன்னாட்டவர் மாநாட்டு மேடை
தவப்புதல்வர் விவேகானந்த ஞானி
இமைப் பொழுதில் வசமாக்கிக் கொள்ள எங்கும்
இந்தியத்தின் ஞான ஒளித் தகத் தகாயம்
பிறகென்ன வரலாற்றுப் பேரானந்தம்!"

என்ற கவிஞர் சிற்பி வரிகளுக்கேற்ப அகில உலக அளவில் சமயப் பொறையை நீக்கிய அதிசய மாமனிதர் சுவாமி விவேகானந்தர் என்பதை எண்ணி மகிழலாம். உலகம், தேசம், மாநிலம் எனச் சுற்றிய அவரை ஒவ்வொரு நாளும் காணும் வகையில் அவர் உருவச்சிலையைச் செம்மாந்த நிலையில் நிற்பதை நம் என்.ஜி.எம். கல்லூரித் தலைவர் செய்திருப்பதற்காக நாம் பேறுபெற்றவர்கள் என்ற நிலையில் வணங்கியும் மகிழலாம். தமிழ் நாட்டில் முதன்முதலில் திருச்சிராப்பள்ளியில் 1897-ஆம் ஆண்டு "சுவாமி விவேகானந்தர் சொஸைட்டி" துவக்கப்பட்டது. அநேகமாக இதுதான் உலகிலேயே முதன் முதலில் சுவாமி விவேகானந்தர் பெயரால் துவக்கப்பட்ட அமைப்பாக இருக்கும் என்று தோன்றுகிறது. பின்னர் 1903-ஆம் ஆண்டிற்குப் பிறகு இந்தியாவிலும், பிற நாடுகளிலும் "விவேகானந்தா சொஸைட்டிகள்" பல இடங்களில் தோன்றின என்பது அவர் பெயரால் நமக்குக் கிடைத்த பாக்கியம் அல்லது புண்ணியம் என உளம் மகிழலாம். "தீர்க்கதரிசிகள், சமய ஞானிகள் ஆகியோரால் கூறப்பட்ட ஆழ்ந்த பெருமையான எண்ணங்கள் பிற பெரியார்களின் உள்ளத்தில் மோதுதலை ஏற்படுத்துகின்றன என்பார் சுவாமி விவேகானந்தர்" இது கல்வித்தந்தை தி.சு. அவினாசிலிங்கம் கூறியது என்பது குறிப்பிடத்தக்கது.

மேலும் அவர் குறிப்பிடும்போது ‘சுவாமிஜி மீது மகாத்மா காந்தி பெருமதிப்பு கொண்டிருந்தார். சுவாமி விவேகானந்தரது அற்புத சக்தி வாய்ந்தது என்பார். சுவாமிஜியின் கல்வி பற்றிய கருத்துக்களைத் தொகுத்து வெளியிட்ட நூலுக்கு முகவுரை எழுத நான் வேண்டினபோது சுவாமிஜியின் நூல்கள் முழுமையும் கற்ற பின்னர் என் நாட்டுப்பற்று ஆயிரம் மடங்காகப் பெருகியது’ என எழுதினார் என்பதும் நமக்குப் பெருமையே எனலாம். சுவாமிஜி அவர்கள் சுயநலமற்ற தியாகி. அதே சமயம் வேகமுடைய வீரத்துறவியுமாவார். தளராத உள்ளமும் கரைகாண இயலாத, அன்பும் உடையவர். “அவரே நமது நாட்டின் அரும் பெரும் செல்வம்” என நேதாஜி அவர்கள் குறிப்பிடுவார். அவர் பரந்த அறிவும் ஆழ்ந்த சிந்தனைகளும் உடையவர். “அவர் நம் பாரதத்தை மாதாவாகத் தெய்வமாகத் தொழுதவர்” என்று சகோதரி நிவேதிதை சுவாமி விவேகானந்தர் பற்றி ‘Master as I saw Him’ என்ற ஆங்கில நூலில் குறிப்பிட்டு இருக்கின்றார்.

புத்தர்

சுவாமி விவேகானந்தர் போலி வேதாந்தத்தை அறவே வெறுத்தவர். “எனது இளம் நண்பர்களே வலிமையுடையவர்களாக இருங்கள். இதுவே நான் உங்களுக்கு வழங்கும் அறிவுரை. கீதை படிப்பதைவிட கால் பந்தாடுவதன் மூலம் நீங்கள் சொர்க்கத்திற்கு அருகில் இருப்பீர்கள்” என்று அவர் கூறி இருக்கிறார். அவர் வேதாந்தியாக இருந்தாலும் புத்தரிடம் எல்லையற்ற பக்திகொண்டவர் என்பது குறிப்பிடத்தக்கது. ஒரு சமயம் ஒருவர் “சுவாமிஜி! நீங்கள் புத்த மதத்தைச் சார்ந்தவரா?” என்று கேட்டார். உடனே சுவாமிஜி இதயம் நெகிழ்ந்து “நான் புத்தரின் தொண்டருக்கும் தொண்டன்” என்று தழுதழுத்த குரலில் கூறினார். இதிலிருந்தே சுவாமிஜியின் மத நல்லிணக்கத்தின் உணர்வைப் புரிந்து கொள்ள முடியும். மேலும் சங்கரரின் அறிவையும், புத்தரின் அன்பையும் ஒன்றாகப் பெறுவதுதான் என்று அடிக்கடி சுவாமிஜி கூறுவது வழக்கம் என்பதும் நமக்குக் கூடுதலான செய்தி ஆகும்.

இயேசு கிறிஸ்து

ஒரு சமயம் சுவாமி விவேகானந்தர் இயேசு கிறிஸ்துவைப் பற்றிப் பேசிக் கொண்டிருந்தார். அப்போது யாரோ ஒருவர் இயேசுவைப் பற்றி ஒரு கேள்வி கேட்டார். அதற்கு உடனே சுவாமிஜி அவர்கள் “நாசரேத்தில் இயேசு கிறிஸ்து வாழ்ந்த காலத்தில் நான் இருந்திருந்தால் அவரது திருவடிகளை என்னுடைய கண்ணீரால் அல்ல - என் இதய இரத்தத்தால் கழுவியிருப்பேன்” என்று பரவசத்துடன் கூறினார்.

உண்மை மனிதன்

ஒடுக்கப்பட்ட மக்களிடம் அவர் எல்லையற்ற அன்பு கொண்டு இருந்தார். பின்வரும் அவருடைய அறிவுரைகளை நீங்கள் கேட்டால் சாதி, சமயப் பிணக்குகள் எழுவதற்கு எள்ளளவும் வாய்ப்பில்லை என்பதை உறுதியாகக் கூறமுடியும்.

1. "தாழ்ந்த வகுப்பைச் சார்ந்தவர்கள், அறியாமை மிக்கவர்கள், ஏழைகள், கல்வியறிவற்றவர்கள், தோட்டிகள் ஆகிய அனைவருமே உன்னுடன் இரத்தத் தொடர்புடைய நெருங்கிய உறவினர்கள் - உன் உடன் பிறந்த சகோதரர்கள் என்பதை மறந்து விடாதீர்கள்."
2. "இந்தியாவின் ஏழை மக்களே நாம் வணங்கும் தெய்வங்கள்"
3. "இந்தியாவின் நலன்தான் என்னுடைய நலன் என்று சொல்லுங்கள்"
4. "உலக நாயகனே! நாயகியே! என் பலவீனத்தைப் போக்கி எனக்கு ஆண்மையைக் கொடு. என்னை உண்மையான மனிதனாக்கு என்று இரவும், பகலும் திரும்பத் திரும்பப் பிரார்த்தனை செய்" மேற்சொன்ன வரிகளே இவரின் மத நல்லிணக்கத்திற்கான சான்றுகள் என்றே கூறலாம்.

கவிஞர் மரபின் மைந்தன் முத்தையா அவர் கவிதை வரிகளில் சுவாமிஜியைக் குறித்து,

"பூமியை உலுக்கும் புயலாக - அவர்
புறப்பட்ட வேகமென்ன?
சாமி உனக்குள் எனச் சொல்லி - அவர்
சமத்துவம் கண்டதென்ன?
தீமைகள் எரிக்கும் கனல் பிழம்பாய் - அவர்
திருமொழி திகழ்ந்ததென்ன?
ஓம் எனும் மந்திரமொழி போல - அவர்
ஓங்கி எழுந்ததென்ன?

என்று கூறியிருப்பது சுவாமிஜியின் சமத்துவத் தத்துவத்தை மிக ஆழமாகச் சுட்டிக்காட்டப்பட்டுள்ளது எனலாம்.

தமிழ்த்தென்றல் திரு. வி.கல்யாணசுந்தரனார்

"பண்டைய நாளில் வேதாந்த உலகம் வீரம் செறிந்ததாக இருந்தது. இடைக்காலத்தில் அதில் கோழைத்தனம் புகுந்தது. அப்போது வேதாந்த உலகத்தில் பழைய வீரத்தை நுழைத்த பெருமைக்கு உரியவர் நமது சுவாமிஜி ஆவார்கள்" என்று குறிப்பிடுவார்கள். மேலும், "விவேகானந்தர்

போதித்த ‘சேவைதர்மம்’ என்ற அடிச்சுவட்டைப் பின்பற்றி சி.ஆர். தாஸ் ஏழை எளியவர்களிடம் இறைவனைக்காண விரும்பினார். அவரால் நிறுவப்பட்ட ஆனால் இப்போது நின்று விட்ட ‘நாராயணன்’ என்ற மாதப் பத்திரிகை, சுவாமி விவேகானந்தர் கூறிய “ஏழை எளியவர்களிடம் இறைவனைக் காண வேண்டும்” என்ற அறிவுரையைப் பிரச்சாரம் செய்தது - என்ற சத்யேந்திரநாத் கூற்றும் சுவாமிஜியின் நல்லிணக்கச் சிந்தனையை வெளிப்படுத்துகிறது.

சுப்பிரமணிய சிவா அவர்கள் 1913ஆம் ஆண்டு “ஞானபானு” என்ற பத்திரிகையின் ஆசிரியர் ஆனார். அப்போது சுவாமிஜியின் கருத்துக்களைத் தொடர்ந்து வெளியிட்டார். அதுமட்டுமல்லாது சுவாமிஜியின் கடிதங்களைத் தமிழில் மொழி பெயர்த்து மூன்று தொகுதிகளாக வெளியிட்டார். அப்போது அவர் “விவேகானந்தர் கடிதங்களில் தேசாபிமானம் ததும்புகிறது; ஆர்ய தர்மம் ஜொலிக்கிறது; பாரத உணர்ச்சி பொங்குகிறது; இந்திய இரத்தம் துடிக்கின்றது; நமது தாய்நாட்டின் ஜயகோஷம் முழங்குகின்றது. ஆதலால் தமிழ்நாட்டு மக்கள் இந்தக் கடிதங்களைப் படிப்பதால் ஊக்கமும் உயர்வும் அடைவார்கள்” என்று கூறியிருப்பதால் நாமும் அதனை வாசித்து சமய நல்லிணக்கச் சிந்தனையை அவர் வழியில் சென்று வளர்த்துக் கொள்ள வேண்டும். (41- ஆண்டுகள் தான் சிவா அவர்கள் வாழ்ந்தார்கள். 19 ஆண்டுகள் பொது வாழ்க்கை. அதில் 9 ஆண்டு 6-மாதம் சிறைவாசம்- என்பது நாமெல்லாம் சிந்தித்தற்குரியது)

“உங்களுடைய சொந்த மோட்சத்தை நாடாதீர்கள். அப்படி நாடினால் அது நரகத்திலேதான் கொண்டு சேர்க்கும். மற்றவர்களுடைய கதிமோட்சத்தையே நாடுங்கள். மற்றவர்களுக்காக உழைப்பதனால் நீங்கள் நரகத்திற்குப் போக நேரிட்டாலும் அது சொந்த மோட்சத்தைத் தேடிச்சென்று அடைவதை விட எத்தனையோ மடங்கு உயர்ந்தது. குரு மகராஜ் அவர்கள் தாம் அவதரித்த உலகத்திற்காகத் தம்மை அர்ப்பணம் செய்துகொண்டார். அதுபோல நானும் என் உயிரைத் தியாகம் செய்வேன். நீங்களும் உங்கள் பணிகளை அந்த மனப்பான்மையோடு செய்ய வேண்டும். நாம் சிந்தும் இரத்தத்திலிருந்து வீரதீரம் படைத்த கடவுளின் ஊழியர்கள் ஆயிரக்கணக்காகத் தோன்றுவார்கள். அது உலகத்தையே மாற்றிவிடும் என்பார் சுவாமிஜி.

இந்த வரிகளை உற்றுநோக்கி உணர்ந்தோமானால் உலகில் உள்ள அத்தனை சமயம் சார்ந்த ஒவ்வொரு மனிதரும் சுவாமிஜியின் பொதுவான சமய நல்லிணக்கச் சிந்தனையை உண்மையிலேயே விளங்கிக்கொள்ள முடியும் என்பது என் தாழ்மையான கருத்தாகும். அமெரிக்காவில் இவருக்கு ஒதுக்கப்பட்ட 5 நிமிடத்தில் முதல் நிமிடத்தில் “எனது சகோதர

சகோதரிகளே" - எனும் வார்த்தை அனைவரையும் கவர்ந்து எழுந்து நின்று கரவொலி எழுப்பச்செய்தது. இறுதி நிமிடம்.... இந்து மதம் சகித்துக் கொள்கின்ற கொள்கையிலிருந்து மாறிப் பிற மதங்களைத் தனக்குச் சமமாக மதித்து நடக்கும் கொள்கையைப் பின்பற்றும் "We respect all other religious on par with Hindu religion" என்ற கருத்தைக் கூறினான். இந்த ஒரு கருத்தே சுவாமிஜியின் சமய நல்லிணக்கச் சிந்தனைக்குச் சான்றாக அமையும் எனலாம். நமது கல்லூரித் தலைவர் டாக்டர் பி.கே. கிருஷ்ணராஜ் வானவராயர் அவர்கள் ஒவ்வொரு இளைஞனும் எடுத்துக் கொள்ள வேண்டிய உறுதி மொழிகளில் "சாதி, மத, இன உணர்வுகளை எல்லாம் கடந்து நாம் அனைவரும் இந்தியர்கள் என்ற உணர்வோடு செயல்பட்டு நாட்டின் ஜனநாய கத்தையும், போற்றிப் பாதுகாப்போம்" - இந்தக் கனவை நனவாக்கும் வரை ஓய மாட்டோம் - என்ற உன்னதமான உறுதியான பொன்னெழுத்துக் களைப் பொறித்திருப்பதும் சிந்தித்தற்குரியது.

இளைஞர்களே! மாணவ, மாணவிகளே மேற்குறித்த கருத்துக்கள் அனைத்தும் சான்றோர்கள் நமக்கு விவேகானந்தர் குறித்து வழங்கப் பட்டிருக்கும் அரிய பொக்கிஷம். அதனை உள்வாங்கி ஒளி பெற்று நாமும் நாடும் நலமுடனும் வளமுடனும் வாழ அவர் வழி செல்வோமாக என வேண்டிக் கொள்கிறேன்.

இறுதியாக விவேகானந்தர் அவர்கள் உலகிலிருந்து மறைவதற்கு முன்பாக உலகிற்கு வழங்கிய கடைசி உபதேசத்தைக் கூறி இக்கட்டுரையை நிறைவு செய்கிறேன்.

"இந்தியா ஆன்மிக பூமி, அமரத்துவம் வாய்ந்த பூமி, உலக வரலாற்றில் சில நாடுகள் சில சமயங்களில் எழுச்சி பெற்றிருக்கும்; உலக வரலாற்றில் சில சமயங்களில் வீழ்ச்சி பெற்றிருக்கும். ஆனால் இந்தியா அமரத்துவம் வாய்ந்த பூமி. இறைவனைத் தேடுவதிலேயே ஈடுபட்டால் இந்தியா என்றும் வாழும். ஆனால் அரசியலையும், சமூகச் சச்சரவுகளையும் தேடிப்போனால் இந்தியா செத்து விடும்"

இணைவோம் உணர்ந்து செயல்படுவோம்.

அன்பே அல்லா! **அன்பே இயேசு!** **அன்பே சிவம்!**

8. பலமே வாழ்வு
சுவாமி விவேகானந்தரின் வீரமுழக்கம்

-பேரா. கே. ஸ்ரீனிவாசன்

இணைப்பேராசிரியர் & ஒருங்கிணைப்பாளர்,
சுவாமி விவேகானந்தர் மாணவர்
சிந்தனை மன்றம், என்.ஜி.எம். கல்லூரி.

மனபலம் உலகில் வாழும் மனிதர்களின் வெற்றிக்கு அடித்தளமாக இருக்கின்றது. அதேநேரத்தில் மனித பலவீனம் வெற்றியாளர்களையும் தோல்வியாளர்களாக மாற்றிவிடுகின்றது. மனித பலவீனமே இளைஞர் களின் முன்னேற்றத்திற்குத் தடைக்கல்லாக இருக்கிறது. இன்று இளைஞர் கள் அதிகமாக மன பலம் உள்ளவர்களாகத் திகழ வேண்டியுள்ளது.

அரிது அரிது மானிடராய் பிறத்தல் அரிது என்பார்கள். அவ்வாறு அரிய மானிடராய் பிறந்து நாம் சுவாமி விவேகானந்தரின் 'பலமே வாழ்வு' என்ற வீரமுழக்கத்தை மனதில் கொள்ள வேண்டும். இன்றைய சமுதாயம் சவால்கள் நிறைந்தது. சவால்களுக்கான தீர்வாக பலமே வாழ்வு என்ற சுவாமி விவேகானந்தரின் அர்த்தமுள்ள வார்த்தைகள் அமையும்.

வாழ்வின் ஒவ்வொரு காலகட்டங்களிலும் பல துன்பங்களைச் சந்திக்க வேண்டியுள்ளது. ஆனால் அதனை எதிர்கொள்ள மனபலம் மிகவும் தேவையாக இருக்கின்றது. அந்த மனபலத்தைப் பிறரிடம் தேடவேண்டிய அவசியமில்லை. "நீ எதை நினைக்கிறாயோ அதுவாகவே ஆகிறாய். நீ உன்னை வலிமை உடையவன் என்று நினைத்தால் வலிமை படைத்தவனாகவே ஆகிவிடுவாய்" என்று சுவாமி விவேகானந்தர் கூறுவதைப் போல எல்லா வலிமையும் நம்முள்ளேயே இருக்கிறது. மனிதமனம் பலவீனத்திலிருந்து மீள்வதற்குச் சுவாமிஜி அவர்கள் கூறுவதைப்போல 'பலவீனத்திற்கான பரிகாரம் ஓயாது பலவீனத்தைக் குறித்துச் சிந்திப்பதல்ல. மாறாக வலிமையைக் குறித்துச் சிந்திப்பதுதான்' என்ற கருத்தை நாம் பின்பற்றலாம்.

தொழிற்சாலைகளும் அலுவலகங்களும் பெருகி மனிதமனமும் இயந்திரமாகிவிட்ட இன்றைய சூழலில் பிறரிடமிருந்து கருணையையும் ஆதரவையும் எதிர்பார்க்க இயலாது. நமக்கான பலத்தை நாமே

சுவாமி விவேகானந்தர் ஒரு பன்முகப்பார்வை 73

தேடவேண்டியிருக்கிறது. மனபலமே இந்த உலகத்தில் இருக்கும் அனைவருக்கும் சமமானவனாக ஒருவனை மாற்றும் என்பதை, "நீ வலிமை உள்ளவனாக இருந்தால் நீ ஒருவனே உலகிலுள்ள அத்தனை பேருக்கும் சமமானவனாவாய்" என்ற சுவாமி விவேகானந்தரின் வார்த்தைகளால் அறியலாம். சுவாமி விவேகானந்தர் அவர்கள் வலிமை வாய்ந்த இளைஞர்களிடமே நம்பிக்கை வைத்ததை, "இன்றைய இளைய தலைமுறையைச் சார்ந்தவர்கள் நவீனத் தலைமுறையைச் சேர்ந்தவர்கள் ஆகிய உங்களிடம்தான் என் நம்பிக்கை இருக்கின்றது. இவர்களிடமிருந்தே என் தொண்டர்கள் தோன்றுவார்" என்று கூறுவதன் மூலம் அறியலாம்.

சுவாமி விவேகானந்தரைப் போல வலிமையை இளைஞர்களுக்கு ஊட்டியவர் வேறு யாரும் இல்லை. 'நீங்கள் உண்மையிலேயே என் குழந்தைகளானால் எதற்குமே அஞ்சி நின்று விட மாட்டீர்கள். நீங்கள் சிங்கக் குட்டிகளைப் போலத் திகழ்வீர்கள்' என்ற சுவாமிஜியின் சிம்மகர்ஜனை இளைஞர்களை வலிமைமிக்க சிங்கங்களாய் உருவாக்க வல்லவை. மனிதன் எந்த அளவிற்கு உயர்ந்தவனாகிறானோ அந்த அளவுக்குத் தக்கபடி அவன் கடுமையான சோதனைகளையும் கடந்து சென்றாக வேண்டும் என்ற சுவாமிஜியின் வார்த்தையை நாம் மனதில் பதியவைத்துக் கொள்ள வேண்டும். 'எல்லாமே ஆண்மை என்ற ஒன்றில் அடங்கியிருப்பதாகக் காண்கிறேன்! இதுவே நான் தரும் புது வேதம்' என்று கூறும் சுவாமிஜி அவர்கள், 'என்னால் எந்தக் குறை பாட்டையும் தாங்கிக் கொள்ள முடியும். ஆனால் கோழைத்தனத்தை மட்டும் தாங்க முடியாது' என்றும் குறிப்பிடுகின்றார். பிறருடைய பாராட்டுக்கும் பழிச்சொல்லுக்கும் செவிசாய்த்தால் மகத்தான காரியம் எதையும் செய்யமுடியாது என்ற கருத்தையும் அவர் வலியுறுத்துகின்றார்.

நம்நாடு மக்கள் தொகையை அதிகமாகக் கொண்டு விளங்குகின்றது. அதுவும் இளைஞர்களின் எண்ணிக்கை மிகவும் அதிகமாக உள்ளது. ஆனால் அந்த இளைஞர்கள் வீரர்களாகத் திகழ வேண்டும் என்பதே சுவாமிஜியின் கருத்தாகும். 'நெருப்புப் பிழம்பு போன்ற இலட்சியப் பணியாளர்களின் குழு ஒன்று இப்போது எனக்குத் தேவை' என்று கூறிய விவேகானந்தர், 'நெருப்புச் சுவாலை போன்றிருக்கும் இளைஞர்குழு ஒன்றிற்குப் பயிற்சி தந்து அதனைத் தயார் படுத்துங்கள். உங்களிடம் இருக்கும் ஊக்கத் தீயை அவர்களிடம் செலுத்துங்கள்' என்றும் கூறுகின்றார்.

இப்படிப்பட்ட பலத்தை சுவாமி விவேகானந்தர் அவர்கள் தன் அனுபவத்தாலேயே தெரிந்து கொண்டார். ஒருமுறை அவர் கோயிலுக்குச் சென்று கொண்டிருக்கும் பொழுது குரங்குகள் அவரைத் துரத்து கின்றன. அவைகளைக் கண்ட சுவாமிஜி ஓடத்தொடங்குகிறார். ஓடத்

தொடங்கியவர் திடீரென எதிர்த்து நிற்கவே குரங்குகள் இவரைப் பார்த்து ஓடத் தொடங்கின. இதனை அறிந்த சுவாமிஜி அவர்கள் பலமே வாழ்வு என்று முழக்கமிடத் தொடங்கினார்.

ஒருவன் பலசாலியாக இருப்பதோடு இரக்கமுள்ளவனாகவும், சிந்தனை ஆற்றல் மிக்கவனாகவும், கடின உழைப்பாளியாகவும் விளங்க வேண்டும் என்ற அவரின் கருத்து அனைவரும் பின்பற்ற வேண்டிய கருத்தாகும். கடவுளிடம் நம்பிக்கை இல்லாதவனை நாத்திகன் என்று பலரும் கூற தன்னிடம் நம்பிக்கை இல்லாதவனே நாத்திகன் என்று சுவாமிஜி குறிப்பிடுகின்றார். உலக வரலாறு என்பது தன்னம்பிக்கை உடைய சிலரின் வரலாறே என்ற சுவாமிஜியின் கருத்து என்றென்றும் பலசாலிகளாக ஆக விரும்புகின்றவர்கள் பின்பற்ற வேண்டிய கருத்தாகும்.

தன்னம்பிக்கையை இழக்கின்ற அந்தக்கணமே ஒருவன் அழிந்து விடுகிறான் என்றும் அவர் குறிப்பிடுகின்றார். காலத்தையும் வெல்லும் ஆற்றல் இளைஞர்களிடம் இருக்கின்றது என்று கூறும் இவர் உலகின் நோய்க்கு வலிமையே சரியான மருந்து என்று குறிப்பிடுவது ஆழ்ந்து சிந்திப்பதற்கும் செயல்படுத்துவதற்கும் உரியதாகும்.

சுவாமி விவேகானந்தரின் மனபலமே அவரை இன்று உலகறியச் செய்திருக்கின்றது. 1863இல் ஜனவரி 12ஆம் நாள் கொல்கத்தா மாநகரில் சிமுலியா என்ற பகுதியில் விசுவநாததத்தர் என்ற வழக்கறிஞருக்கும் புவனேசுவரி அம்மையாருக்கும் பிறந்த சுவாமிஜி வீரேசுவரனாக விளங்கினார். 1893 செப்டம்பர் அன்று தமது முப்பதாவது வயதில் அமெரிக்காவில் நடந்த சர்வமத மகாசபையில் கலந்து கொண்டு இவர் ஆற்றிய பலமிக்க உரையால் பாரதத்தை உலக நாடுகள் திரும்பிப் பார்த்தன. 1902 ஜூலை 4 அன்று தனது 39 ஆவது வயதில் வேலூர் மடத்தில் தியானத்தில் ஆழ்ந்திருந்த அந்நிலையிலேயே அவர் காலமானார். சுவாமிஜி அவர்களை இறைவனடி சேர்ந்தார், உயிர் நீத்தார் என்ற கூறுவதைவிட காலமானார் என்று கூறுவதே மிகவும் பொருந்தும். ஏனெனில் கடந்த காலத்திற்கும், நிகழ்காலத்திற்கும், எதிர்காலத்திற்கும் என்றும் பொருந்தக் கூடிய கருத்துக்களைக் கூறிய அவரை முக்காலத்திற்கும் உரிய சொல்லால் முக்காலமும் ஆனார் என்பதைக் காலமானார் என்று கூறுவதே மிகவும் போற்றுவதற்குரியதாக அமையும்.

ஆன்மீகவாதிகள் எல்லோரும் காட்டை நோக்கிப் புறப்பட்ட போது நாட்டை நோக்கிப் புறப்பட்ட வீரத்துறவி, கடவுளிடம் தனக்குச் செல்வத்தை வேண்டாது விவேகத்தை வேண்டும் விவேகானந்தர் வழி நாமும் செல்வோம்! பலசாலியாய் நம்மை நாம் வெல்வோம்!

9. இளைஞர்களும் பாரத தேசமும்

-முனைவர் ரெ. முத்துக்குமரன்
வரலாற்றுத்துறைத் தலைவர்,
என்.ஜி.எம். கல்லூரி.

உலக வரலாற்றில் தான் வாழ்ந்த காலத்தில் தனி முத்திரை பதித்து வாழ்ந்த அறிஞர்கள், சமூக சீர்திருத்தவாதிகள், ஆன்மீகவாதிகள், முற்போக்குச் சிந்தனையாளர்கள், தர்க்கவாதிகள், தீர்க்கதரிசிகள் ஆகியோரின் சாதனைகளை ஆராய்ந்தால் அவர்கள் ஏதாவது ஒரு துறையில்தான் சாதனையாளராகத் திகழ்வார்கள். ஆனால் சுவாமி விவேகானந்தர் ஆன்மீகம், சமூக சீர்திருத்தம், தொலைநோக்குப் பார்வை கொண்ட தீர்க்கதரிசனம் போன்ற பன்முகத் தன்மை கொண்டவராகத் திகழ்ந்தார். அவர் சிந்தனைகளும் செயல்களும் இளைஞர்களிடையே விழிப்புணர்வுடன் கூடிய எழுச்சியை உருவாக்கும் வகையில் அமைந் திருப்பதைக் காணலாம். அதனால்தான் அவரது பிறந்த நாளான சனவரி 12 ஆம் நாளை இந்திய அரசு தேசிய இளைஞர் தினமாக விழா எடுத்து வருகிறது. அத்தகைய சுவாமி விவேகானந்தரின் எண்ணங்கள் இளைஞர் மேம்பாட்டிற்கும் பாரத தேசத்தின் உன்னத வளர்ச்சிக்கும் உதவும் தன்மையை இக்கட்டுரை எடுத்துரைக்கின்றது.

வலிமையும் எழுச்சியும்

இன்றைய இளைஞர்களுக்கு மிகவும் தேவை வலிமையோடு கூடிய எழுச்சியே ஆகும். "இந்த உலகம் மிகப்பெரிய ஓர் உடற்பயிற்சிக்கூடம்; இங்கு நாம் நம்மை வலிமையுடையவர்களாக்கிக் கொள்வதற்காக வந்திருக்கிறோம்" என்பார் விவேகானந்தர். வலிமை அடைவதற்கே இப்பிறப்பு எடுத்துள்ளோம் என்பதிலிருந்து ஒரு போதும் பலவீனத்தைப் பற்றி சிந்திக்கக் கூடாது என்பதை இதன் மூலம் அறியலாம். கோடான கோடி அணுக்களால் உருவான இந்த உலகத்தில் ஒவ்வொரு அணுத் துகள்களும் வலிமை வாய்ந்தவை. இதனை உணரும் இளைஞர்கள் எழுச்சியின் வித்துக்கள். வலிமையின் வைரங்கள்.

பலவீனத்திற்குப் பரிகாரம்

உலகத்தின் எந்த மூலை முடுக்குகளுக்குச் சென்றாலும் நாம் பல சவால்களைச் சந்தித்தே ஆக வேண்டும். கண்ணீர் வடிப்பதும் கதறுவதும்

வாழ்க்கை ஆகிவிடாது. இந்த உலகம் வெற்றி பெற்றவனையும் பதிவு செய்யும் தோல்வி அடைந்தவனையும் பதிவு செய்யும், ஒருபோதும் வேடிக்கைபார்த்தவனைப் பதிவு செய்யாது. ஆதலால் நம் தோல்வியைப் பற்றிச் சிந்திக்காமல் வலிமையோடு எதிரடி எடுத்து வைக்க வேண்டியுள்ளது. அதனால்தான் சுவாமி விவேகானந்தர்,

"பலவீனத்திற்குப் பரிகாரம் ஓயாமல்
பலவீனத்தைக் குறித்துச் சிந்திப்பதல்ல.
மாறாக வலிமையைக் குறித்துச்
சிந்திப்பதுதான்" என்றார்.

அழியாத அடையாளம்

"நீ மனிதனாகப் பிறந்திருக்கிறாய். நீ வாழ்ந்து மறைந்ததற்குப் பின்னால் ஓர் அழியாத அடையாளம் எதையாவது விட்டுச் செல்" என்பார் சுவாமிஜி. அடையாளம் என்பது உருவத்தால் மட்டும் வருவதல்ல. உன்னத குணங்களாலும் வருவது. உன்னத செயல்வீரம் தான் ஒவ்வொரு இளைஞருக்கும் இன்று தேவை. கொள்கை வீரம் மட்டும் அடை யாளத்திற்கு வழிவகுக்காது. அதனைச் செயல்படுத்த இறைத் தன்மையும் இளைஞர்களுக்கு வேண்டும். அதற்கு நாம்,

* நாம் பிறருடைய பாராட்டுக்கும் பழிக்கும் செவி சாய்த்தால் மகத்தான காரியம் எதையும் சாதிக்க முடியாது.

* அளவற்ற வலிமையும் பெண்போன்று இரக்கம் உள்ள இதயமும் பெற்றிருப்பவன் தான் உண்மையான வீரன்.

* இப்போது இந்தியாவுக்கு என்ன வேண்டும்? தியாக மனப்பான்மை கொண்ட இளைஞர்கள் குறைந்தது ஆயிரம் பேர் வேண்டும்; மூடர்கள் அல்ல.

* இரக்கம் உள்ள இதயம், சிந்தனை ஆற்றல் படைத்த மூளை, வேலை செய்யக் கூடிய கைகள் ஆகிய இந்த மூன்றும் நமக்குத் தேவை.

* வலிமை நிறைந்த ஒரு களஞ்சியமாக உன்னை நீ உருவாக்கிக் கொள்!

* வலிமையோடு இருங்கள்! மூடக் கொள்கைகளை உதறித் தள்ளுங்கள்!

* நீயே உன்னை 'பலவீனன்' என்று நினைத்துக் கொள்வதுதான் மிகப்பெரிய பாவம்.

என்ற சுவாமி விவேகானந்தரின் கொள்கைகளை மனதில் உள்வாங்கிக் கொண்டு செயலாற்ற வேண்டும்.

நாட்டிற்கு வழிகாட்டு

ஒருவன் தன்னை மேம்படுத்துவதோடு நாட்டையும் மேம்படுத்த ஓயாது உழைத்தல் வேண்டும். அதற்கு, "உன்னிடம் அளவற்ற நம்பிக்கையை வளர்த்துக் கொள். பிறகு அந்த நம்பிக்கையை நாட்டிற்கு வழங்கு" என்ற கருத்தை மனதில் கொள்ள வேண்டும். அதற்கு, "எதற்கும் கலங்காத நம்பிக்கை எதற்கும் தளராத தன்னம்பிக்கை உனக்கு இருக்க வேண்டும்" என்ற சுவாமிஜியின் கருத்தைப் பின்பற்றுதல் வேண்டும்.

"எத்தகைய கல்வி தன்னம்பிக்கையைத் தந்து ஒருவனைத் தனது சொந்தக்காலில் நிற்கும்படி செய்கிறதோ அதுதான் உண்மையான கல்வி" என்ற கருத்தை மையமாகக் கொண்டு ஒவ்வொரு கல்வி நிறுவனமும் இளைஞர்களைத் தளரா நம்பிக்கை உடையவர்களாக்கி வளமிக்க பாரத தேசத்திற்கு உதவ வேண்டும்.

உண்மையும் நன்மையும்

வாழ்க்கையில் சில உண்மைகளை உணர்ந்து கொண்டால் அவை நமக்குப் பல நன்மைகளை உருவாக்கும் என்பதை அனைத்து இளைஞர் களும் மனதில் ஆழப் பதிந்து வைத்துக் கொள்ள வேண்டும்.

* பிறரது குற்றங்களைப் பற்றி ஒரு போதும் பேசாதே! அவை எவ்வளவு கெட்டவையாக இருந்தாலும் சரி! அதனால் எந்தப் பயனும் இல்லை.

* பொய் சொல்லாமல் இருத்தல், மது குடிக்காமல் இருத்தல், தீய வழியில் செல்லாமல் இருத்தல், பிறருக்கு நன்மை செய்தல் ஆகியவற்றால் மனம் தூய்மை அடைகிறது.

* பிறர் நன்மைக்காக உழைப்பது மனதின் கோணல்களைத் திருத்துகிறது.

* பிறருக்குச் செய்யும் அற்ப சேவையும் கூட உங்களிடம் பேராற்றலை விழிப்படையச் செய்யும்.

* மற்றவர்களுக்கு எந்த வேலைகள் நன்மை தருமோ, அவற்றையே நாம் செய்ய வேண்டும்.

* நீ உன்னைத் தியாகம் செய்வதால் மட்டுமே மற்றவர்களின் இதயங் களை வெல்ல முடியும்.

* மரணம் நேர்ந்தாலும் சுயநலம் கருத வேண்டாம். சேவை செய்வதை மறக்க வேண்டாம்.

* ஒருவன் ஒரு நல்ல காரியத்தைச் செய்தால் அது உரிய நல்ல பலனை விளைவிப்பதை இந்த பிரபஞ்சத்திலுள்ள எந்தச் சக்தியாலும் தடுக்க முடியாது.

78 சுவாமி விவேகானந்தர் ஒரு பன்முகப்பார்வை

★ அமைதியும் தூய்மையும் கொண்ட ஆன்மிகத்தில் இரவும் பகலும் மூழ்கி வாழ்வதற்கு முயற்சி செய்யுங்கள்.

என்ற சுவாமி விவேகானந்தரின் சிந்தனைகளை வேதவாக்காகப் பின்பற்றிச் செயல்படுத்தினால் இந்த பாரத தேசம் உயர்வது திண்ணம்.

ஆத்மாவும் ஆண்டவனும்

" எப்போதும் இதயத்தைப் பக்குவப்படுத்திக் கொள்ளுங்கள். ஏனென்றால் இதயத்தின் மூலம் பேசுவது இறைவன், அறிவின் மூலம் பேசுவது நீங்கள்" என்பார் சுவாமி விவேகானந்தர். ஆத்மார்த்தமான உணர்வே ஆண்டவனை அடைவதற்கான வழி. அதற்கு நாம், "பக்தியுடன் எப்போதும் விவேகத்தையும் இணைத்துக் கொள்ள வேண்டும். பாமரனைப் பண்புள்ளவனாகவும் பண்புள்ளவனைத் தெய்வமாகவும் உயர்த்தும் கருத்தே மதம் எனப்படும்" என்பதை நாம் உணர்தல் வேண்டும். "எப்போதும் பொறாமையை விலக்குங்கள். அவ்விதம் செய்தால், இதுவரையில் நீங்கள் செய்யாத மகத்தான காரியங்களை எல்லாம் செய்து முடிப்பீர்கள்." "நீ உன் வாழ்க்கையின் எல்லா இன்பங்களையும் பொது மக்களின் நன்மைக்காகத் தியாகம் செய்யும் போது நீ ஒரு புத்த பகவான் ஆகிறாய்."

"மற்றவர்களிடமிருந்து நாம் கற்றுக் கொள்ள வேண்டிய நல்ல அம்சங்கள் உண்மையிலேயே பல இருக்கின்றன. பிறரிடமிருந்து நல்லவைகளைக் கற்றுக் கொள்ள மறுக்கும் மனிதன் இறந்தவன் போன்றவன்." "ஆத்மஞானம் என்ற ஒன்று மட்டும்தான் நமது துன்பங் களையெல்லாம் என்றென்றைக்கும் நிரந்தரமாக அழித்துவிடும். மற்ற ஞானங்களெல்லாம் சிறிது காலத்திற்கு மட்டும் நமது தேவைகளைப் பூர்த்தி செய்வதாக இருக்கும்" என்ற சுவாமி விவேகானந்தரின் விவேகக் கருத்துக்களை மனதில் உள்வாங்கிக் கொண்டு இந்த உன்னதமான பாரத தேசத்தை மேலும் நாம் உயர்த்துதல் வேண்டும்.

வளமிக்க பாரத தேசம்

நம்முடைய பாரத தேசம் மிகவும் உன்னதமானது. உலக நாடுகளோடு ஒப்பிட்டுப் பார்க்கையில் பண்பாட்டில் நாகரிகத்தில் ஆன்மிகத்தில் வீரத்தில் கலை ஞானத்தில் மிகவும் உயர்வானது. இதனைக் கட்டிக்காத்து மேலும் மேலும் இப்பாரத தேசத்தை உயர்த்த வேண்டிய பொறுப்பு ஒவ்வொரு இளைஞனிடமும் உள்ளது. அதற்கு நாட்டின் ஒவ்வொரு இடங்களிலிருந்தும் எழுச்சிகள் உருவாக வேண்டும்.

★ கையில் கலப்பை பிடித்த உழவர்களின் குடிசைகளிலிருந்து புதிய இந்தியா எழுந்து வெளியே வரட்டும்!

சுவாமி விவேகானந்தர் ஒரு பன்முகப்பார்வை 79

* பலசரக்குக் கடைகள், பலகாரக் கடைகள் இவற்றிலிருந்து புதிய
இந்தியா எழுந்து வெளியே வரட்டும்!

* தொழிற்சாலைகள், கடைவீதிகள், சந்தைகள் ஆகியவற்றி
லிருந்தெல்லாம் புதிய இந்தியா எழுந்து வெளியே வரட்டும்!
தோட்டங்களிலிருந்தும் காடுகளிலிருந்தும் குன்றுகளிலிருந்தும்
மலைகளிலிருந்தும் புதிய இந்தியா எழுந்து வெளியே வரட்டும்!

என்பார் சுவாமி விவேகானந்தர். இவற்றையெல்லாம் உணர்ந்து
இன்றைய இளைஞர்கள் தன்னையும் மேம்படுத்தி இந்த பாரத
தேசத்தையும் வளப்படுத்த வேண்டும்.

10. சுவாமி விவேகானந்தரின் கல்விச் சிந்தனைகள்

-முனைவர் பே. மகேஸ்வரி
தமிழ் இணைப்பேராசிரியர்,
என்.ஜி.எம். கல்லூரி, பொள்ளாச்சி.

உலகில் எண்ணற்ற மகான்கள் தோன்றி மறைந்திருக்கிறார்கள். அவர்களுள் தலைசிறந்தவராகக் கருதப்படுபவர் சுவாமி விவேகானந்தர் அவர்களே. நாற்பது ஆண்டுகளே வாழ்ந்தவர் ஆயினும் நற்சிந்தனை களையும், நல் எண்ணங்களையும், நற்கருத்துக்களையும் நமக்குள் விதைத்துச் சென்ற மகான் சுவாமி விவேகானந்தரே ஆவார். அவர் வீரமும் விவேகமும், அன்பும் அறிவும் கலந்து உருவாகிய ஓர் அற்புத ஆற்றலாகத் திகழ்ந்தவர். அதனால்தான் தனிமனித முன்னேற்றத்திற்கும், நமது தாய்நாட்டின் முன்னேற்றத்திற்கும் ஊன்றுகோலாய் உதவுவது கல்வியே ஆகும் என்பதை வலியுறுத்தியுள்ளார். கல்வி மனிதனை எவ்வாறு பூரணத்துவம் அடையச் செய்கிறது என்பதை இக்கட்டுரை ஆராய்கிறது.

மனித மனம்

ஒவ்வொருவரும் சில தனித்தன்மைகளைப் பெற்றிருக்கிறார்கள்.

ஒவ்வொரு மனிதனுக்கும் தான் வளர்வதற்கான ஒரு தனிப்பட்ட முறை உள்ளது. அவனது வாழ்க்கை கூட - இந்துக்களாகிய நாம் சொல் கிறோமே அது போல், முடிவற்ற தனது முற்பிறவிகளால், வினைப் பயனால் நிர்ணயிக்கப்பட்ட - தனி வாழ்க்கையாகவே உள்ளது. கடந்த கால வினைகளின் மொத்தச் சுமையுடன் அவன் இந்த உலகிற்கு வருகிறான். முடிவற்ற அந்தக் கடந்தகாலம் நிகழ்காலத்தை நிர்ணயிக்கிறது. நிகழ்கால வாழ்க்கையை நாம் பயன்படுத்துகின்ற விதம் எதிர்காலத்தை உருவாக்குகிறது. இவ்வாறு இந்த உலகத்தில் பிறந்த ஒவ்வொருவருக்கும் தனிப்பாதை உள்ளது. அவன் எந்த திசையில் போக வேண்டும், எப்படி வாழ வேண்டும் என்பது அவரவர் கற்ற கல்வியாலேயே நிர்ணயிக்கப் பட்டுள்ளது.

கல்வியின் சிறப்பு

நல்ல ஒழுக்கத்தைத் தரும் கல்வியே மக்களுக்குச் சிறந்த அழகாகும் என்பதை, நாலடியார்,

"குஞ்சியழகும் கொடுந்தானைக் கோட்டழகும்
மஞ்சள் அழகும் அழகல்ல - நெஞ்சத்து
நல்லம்யாம் என்னும் நடுவு நிலைமையால்
கல்வி அழகே அழகு"

என்ற பாடலின் வழியாக, தலைமுடியின் அழகும், மடித்துக் கட்டப்படும் ஆடையினது கரை அழகும் மக்கட்கு அழகுகள் அல்ல. நாம் நல்லவர்களாக இருக்கிறோம் என உள்ளம் அறிய உண்மையாய் உணரும் ஒழுக்கத்தை அளிப்பதால் மக்களுக்குக் கல்வியின் அழகே சிறந்த அழகாகும் என்று கூறுகின்றது.

"இம்மை பயன்னுமால் ஈயக் குறைவின்றால்
தம்மை விளக்குமால் தாமுளராக் கேடின்றால்
எம்மை யுலகத்தும் யாங்காணோம் கல்விபோல்
மம்மர் அறுக்கும் மருந்து."

என்னும் பாடலின் வழி கல்வி, இப்பிறவியின் பயனை அளிக்கும், மற்றவர்க்கு அதனை வழங்குவதால் அது குறைவதில்லை. கற்றவர்களை அறிவாய் விளங்கச் செய்யும். தாம் இருக்கும் வரை அதுவும் அழியாமல் இருக்கிறது. எனவே, எந்த உலகத்திலும் கல்வியைப் போல அறியாமையை நீக்கும் மருந்தை யாம் கண்டதே இல்லை. வாழ்க்கையை வளப்படுத்து கின்ற மனிதனை உருவாக்குகின்ற, தன் குணத்தை மேம்படுத்துகின்ற, கருத்துக்களை ஜீரணம் செய்யத்தக்க கல்வியே நம்மை மேம்படுத்தும் சிறந்த கல்வியாகும்.

கல்வியும் சமுதாயமும்

அன்பு, நேர்மை, பொறுமை - இவை மூன்றும் இருந்தால் போதும். வேறு எதுவும் தேவையில்லை. வளர்ச்சி, அதாவது விரிந்து பெருகுதல், அதாவது அன்பு - இதைத் தவிர வாழ்க்கை என்பது வேறு என்ன? எனவே எல்லா அன்பும் வாழ்வு. அன்பே வாழ்வின் ஒரே நியதி. ஒவ்வொரு நாடும் உலகிற்காக ஒரு நோக்கத்தை முன் வைத்தே செயல்படுகிறது. அந்த நோக்கம் பாதிக்கப் பெறாத வரையில் அந்த நாடு, எத்தனை இடர்பாடுகள் வந்தாலும் அவற்றைத் தாக்குப்பிடித்து வாழ்ந்தது. நோக்கம் அழிந்தபோது நாடும் வீழ்ச்சியுற்றது. இந்த நிலை மாற்றப்பட வேண்டும்.

ஒவ்வொரு மனிதனையும் ஒவ்வொரு நாட்டையும் சிறப்படையச் செய்ய, நல்லியல்பின் ஆற்றல்களில் திடமான நம்பிக்கை வேண்டும். பொறாமை, சந்தேகம் இவை இல்லாதிருக்க வேண்டும். நல்லவர்களாக இருந்து நன்மை செய்ய முயல்கின்ற அனைவருக்கும் உதவ வேண்டும் என்ற கல்விச் சிந்தனையைப் போதிக்க வேண்டும். உண்மையின் அடிப்படையில் தான் சமுதாயங்களை அமைக்க வேண்டும். சமுதாயத்தின் தேவைக்கு ஏற்ப உண்மை மாற முடியாது. உயர்ந்த உண்மைகளைச் செயல்முறைப் படுத்தும் சமுதாயமே மிகவும் உன்னதமான சமுதாயமாக மாற முடியும் என்றால் அதற்கு அறிவு சார்ந்த கல்வியே அவசியமாகும். ஆம். சிறந்த குணத்தை உருவாக்குகின்ற, மன வலிமையை வளர்க்கின்ற, அறிவை விரியச் செய்கின்ற ஒருவனைச் சொந்தக் கால்களில் நிற்கச் செய்கின்ற கல்வியே தேவை. ஏழைச் சிறுவன் கல்வியை நாடி வர முடியாவிட்டால், கல்வி அவனிடம் போக வேண்டும். அதுவே சமுதாயக் கல்வி என்கிறார் விவேகானந்தர்.

சராசரி மக்களை அன்றாட வாழ்க்கைப் போராட்டத்திற்குத் தயார் செய்யாத கல்வி, ஒழுக்க வலிமையைத் தராத கல்வி, பிறர் நலம் நாடுகின்ற உணர்வைத் தராத கல்வி, சிங்கம் போன்ற தைரியத்தைக் கொடுக்காத கல்வி, அதைக் கல்வி என்று சொல்ல முடியுமா? ஒருவனைத் தன் சொந்தக் கால்களிலேயே நிற்கும்படி செய்வதே உண்மையான கல்வி.

கல்வியின் சாரம்

மனிதனில் ஏற்கனவே இருக்கின்ற பூரணத்துவத்தை வெளிப் படுத்துவது கல்வி... எனவே வழியிலுள்ள எல்லாத் தடைகளையும் நீக்குவதே ஆசிரியரின் வேலை. உண்மையான கல்வியை என்னவோ இன்னும் நம்மால் வகுக்க முடியவில்லை. உண்மையான கல்வி என்பது தகவல்களைச் சேகரிப்பதல்ல. அது மனத்தின் இயல்பான ஆற்றலை வளரச் செய்வது.

கல்வி என்பது என்ன? அது புத்தகப் படிப்பா? இல்லை. பலவகைப் பட்ட அறிவைத் தேடிக் கொள்வதா? அதுவும் இல்லை. சங்கல்பத்தின் போக்கையும், வெளிப்பாட்டையும் ஒரு கட்டுப்பாட்டிற்குள் கொண்டு வந்து, பயனளிக்குமாறு செய்கின்ற பயிற்சியே கல்வி. கல்வி என்பது ஏராளமான உண்மைகளை மனத்தில் நிறைப்பதல்ல. மனத்தைப் பூரண மாக்கி முழுவதுமாக அதை அடக்குவதே கல்வியின் நோக்கம். வாழ்நாள் முழுவதும் உங்களால் ஜீரணிக்க முடியாமல் உள்ளிருந்து தொந்தரவு தரக்கூடிய செய்திகளை மூளைக்குள் திணிப்பது அல்ல கல்வி. வாழ்க்கையை வளப்படுத்துகின்ற, மனிதனை உருவாக்குகின்ற, குணத்தை

மேம்படுத்துகின்ற, கருத்துக்களை ஜீரணம் செய்யத்தக்க கல்வியே அனைவரும் வேண்டுவது. செய்திகளைச் சேகரிப்பதுதான் கல்வி என்றால், நூல் நிலையங்கள் அல்லவா மாபெரும் மகான்கள்! கலைக் களஞ்சியங்கள் அல்லவா ரிஷிகள்!

ஆன்மீகக் கல்வி

அடிப்படையானது ஆன்மீகமே. ஆன்மீகமே சோறு. மற்றவை அனைத்தும் கறிகள். கறிகளை மட்டும் உண்டால் அஜீரணக் கோளாறு உண்டாகிறது. அதுபோலவே வெறும் சோற்றை உண்டாலும் அஜீரணக் கோளாறு ஏற்படும்.

ஆன்மீக ஞானத்தைப் போதித்தால், அதன் பின்னர் உலக அறிவும் நீங்கள் விரும்புகின்ற மற்ற எல்லா அறிவும் உங்களைத் தொடர்ந்து வரும். ஆனால் மதத்தை விலக்கி விட்டு வேறு எந்த அறிவைப் பெற நீங்கள் முயன்றாலும் இந்தியாவில் உங்கள் முயற்சி வீண் என்பதைத் தெளிவாக எடுத்துரைக்கிறார் சுவாமி விவேகானந்தர்.

கல்வியில் எந்த முறை சிறுவர்களுக்குப் பயன் தருகிறதோ, அதே முறை உயர்ந்த கருத்துக்களை உபதேசிப்பதிலும் பயன் தரும். உடன் பாடான கருத்துக்களைக் கொடுத்தீர்களானால் சாதாரணமானவர் களும் மனிதர்கள் ஆவார்கள். சொந்தக் கால்களிலேயே நின்று காரியங்களைச் செய்யவும் கற்றுக் கொள்வார்கள். மொழி, இலக்கியம், தத்துவம், கவிதை, கலை முதலிய எதிலும் மக்களின் தவறுகளையே சொல்லிக் கொண்டிருக்கக் கூடாது. படிப்படியாக அந்தக் காரியங்களை நல்ல முறையில் செய்யும் வகையை அவர்களுக்குப் போதிக்க வேண்டும். இதுவே வாழ்க்கையை மாற்றியமைக்கும் உயர்கல்வியாகும் என்கிறார்.

அனைவருக்கும் கல்வி

கல்வி பரவாமல், அறிவு உதிக்காமல் நாட்டில் முன்னேற்றம் எப்படி ஏற்பட முடியும்?... முதலில் சாதாரண மக்களிடமும் பெண்களிடமும் கல்வியைப் பரப்பாமல் இப்போதைய நிலைமையை முன்னேற்றவே முடியாது என்பதை உறுதியாக அறிந்து கொள்.... புராணங்கள், இதி காசங்கள், வீட்டு வேலை, கலைகள், குடும்ப வாழ்வின் கடமைகள், சிறந்த ஒழுக்கத்தை வளர்க்கும் அடிப்படைக் குணங்கள் முதலியவற்றை நவீன விஞ்ஞானத்தின் உதவியுடன் சொல்லித்தர வேண்டும். அத்துடன் தர்மம், நீதி, ஆன்மீகம் முதலியவற்றிலும் மாணவியருக்குப் பயிற்சி தர வேண்டும். அதுவே மிகச் சிறந்த கல்வியாக அமையும். கல்வியால் தன்னம்பிக்கை வருகிறது. தன்னம்பிக்கையின் வலிமையால் உள்ளிருக்கும் ஆன்மா விழித் தெழுகிறது.

பரிபூரணமான நேர்மை, புனிதம், பேரறிவு அனைத்தையும் வெற்றி கொள்ளவல்ல சங்கல்ப சக்தி எல்லாம் வேண்டும். இந்தக் குணங்களுடன் கூடிய ஒரு சிலர் வேலை செய்தால் போதும். உலகமே புரட்சிகரமாக மாறிவிடும். அதற்கு விவேகானந்தரின் கல்விச் சிந்தனையே உயர்ந்ததாக அமைகிறது. ஒவ்வொரு மனிதனையும், ஒவ்வொரு நாட்டையும் சிறப்படையச் செய்ய,

1. நல்லியல்பின் ஆற்றல்களில் திடநம்பிக்கை.

2. பொறாமையும் சந்தேகமும் இல்லாதிருத்தல்.

3. நல்லவர்களாக இருந்து நன்மை செய்ய முயல்கின்ற அனைவரும் உதவுதல் - போன்ற நற்செயல்களுக்குச் சிறந்த கல்வியே அவசியம் என்பதை இக்கட்டுரையின் வாயிலாக உணர்ந்து கொள்ள முடிகிறது.

11. இளைஞர்களுக்கு சுவாமி விவேகானந்தர் முன்வைக்கும் இந்தியப் பண்பாடு

-முனைவர் சொ. சேதுபதி
உதவிப் பேராசிரியர்,
அரசு மகளிர் கலைக்கல்லூரி,
புதுச்சேரி.

"யாராவது ஒருவன் என்னிடம் வந்து, "குழந்தைகள் என்ன கற்றுக்கொள்ள வேண்டும்? எந்த ஒரு பெரியவரை முன்னுதாரணமாக வைத்துத் தங்கள் வாழ்க்கையை அமைத்துக்கொள்ள வேண்டும்?" என்று கேட்டால் இந்தக் குழந்தைகள் கற்றுக் கொள்வதற்கு என்று நிறைய விஷயங்கள் இருக்கின்றன. அவர்கள் தங்கள் முன்மாதிரியாக ஒருவரை வைத்துத் தங்கள் வாழ்க்கையை அமைத்துக் கொள்வதற்கும் வரலாற்றில் நிறையப்பேர் இருக்கிறார்கள். ஆனால், இளைய தலை முறையினர் பின்பற்றிச் சிறந்த பயன் அடைவதற்கு உரிய ஒரே ஒருவராக, சுவாமி விவேகானந்தர் ஒருவரை மட்டும்தான் என்னால் காட்டமுடியும்" என்று உறுதிபட உரைத்து, சுவாமி விவேகானந்தரை இளைஞர்முன் நிறுத்தியவர், இந்தியாவின் நவயுகச் சிற்பி, ஜவஹர்லால் நேரு ஆவார். காரணம், **"அவருடைய நூல்கள் ஒவ்வொன்றும் ஒவ்வோர் இந்தியனும் கட்டாயம் படிக்க வேண்டிய நூல்களாகும். அவருடைய பேச்சுக்களையும் எழுத்துக்களையும் நீங்கள் படித்தீர்களேயானால், அவை இன்றைய சூழ்நிலைக்கு எவ்வளவு பொருத்தமாக அமைந் திருக்கிறது என்பதைக் காண்பீர்கள்"** என்றும் அவர் சொல்கிறார்.

எழுத்தாலும் பேச்சாலும், சிந்தனையாலும் செயலாலும் ஒப்பற்ற உன்னதத் துறவுவாழ்வாலும், இளைஞர்களுக்கு முன்மாதிரியாகத் திகழ்ந்தவர் சுவாமி விவேகானந்தர். அவர், இன்றைய இளைஞர்களுக்கு முன்வைக்கும் இந்தியப் பண்பாடு குறித்துச் சொல்ல விழைகிறது இக்கட்டுரை.

பண்பாடு – சிறு விளக்கம்

பண்படுத்தல் என்ற சொல்லை அடியாகக் கொண்டு உருவான சொல், பண்பாடு. இயல்பில் தோன்றும் ஒலிகளை ஒழுங்குபடுத்தி

இசைப்பது பண். இயற்கையாய் அமைந்த நிலத்தின் கரடுமுரடுகளைச் சீரமைத்துச் செய்வது பண்படுத்தல். அவ்வாறு உருவாக்கப்பட்ட கழனிக்குச் 'செய்' என்பது பெயர். நன்கு செப்பம் பெற்ற வயல் நன்செய் எனவும், ஓரளவு செப்பம் செய்யப் பெற்ற வயல் 'புன்செய்' எனவும் பெயர் பெறுகின்றன. ஆக, இயல்பாய் எழுந்த ஒழுகலாறுகளை, மரபுவழியில் நிலைப்படுத்திச் சொல்வது பண்பு. அதைச் செயற்படுத்துதற்குரியது பண்பாடு.

"பண்பெனப்படுவது பாடறிந்து ஒழுகல்" என்று கலித்தொகை குறிப்பிடுகிறது. இத்தகு பண்பாடு நிலத்தின் இயல்பில் இருந்து முகிழ்ப்பது. இந்தியப் பெருநிலத்தைத் தனதாகக் கொண்டு வாழும் இந்தியர்களுக் கென்று தனித்தன்மை வாய்ந்த பண்பாடு இருக்கிறது. அது இந்தியப் பண்பாடாகச் சுட்டப்பெறுகிறது.

சுவாமி விவேகானந்தர் காட்டும் இந்தியாவும் இந்தியர்களும்

எது இந்தியா? சுவாமி விவேகானந்தரின் கம்பீரமான வருணனையில் இந்தியா பின்வருமாறு ஒளிர்கிறது.

"இந்தியா பழைய பூமி. ஞானம் வேறு எந்த நாட்டிற்கும் செல்வதற்கு முன்பு இதையே வீடாகக் கொண்டிருந்தது. ஆன்மிக நிலையில், இன்னும் ஆன்மிகப் பெருக்கை இந்தியா கொண்டிருக்கிறது. அதுபோலவே, இயற்கையமைப்பிலும் கடலைப்போலப் பாய்ந்து செல்லும் நதிகள் உள்ளன. என்றும் இருக்கின்ற இமயமலைகள் படிப்படியாகத் தங்கள் பனிமுடிகளை உயர்த்தி வானுலக ரகசியங்களை ஆராய்வது போல் இன்றும் உள்ளன. இந்த உலகத்தில் எங்குமே தோன்றாத மகத்தான மகான்களின் காலடிபட்ட, அதே இந்தியா இன்றும் இருக்கிறது. மகத்தான மகான்கள் இங்குதான் முதன்முதலில், மனிதனின் இயல்பு பற்றியும், அவனுக்குள்ளே இருக்கும் உலகைப் பற்றியும் ஆராய்ந்தார்கள். இங்கேதான் முதன்முதலில் அழியாத ஆன்மாவைப் பற்றிய, ஆன்மாவின் கொள்கையைப் பற்றிய, எல்லாவற்றையும் கண்காணிக்கும் கடவுளைப் பற்றிய கொள்கைகளும், இயற்கையிலும் மனிதனிடமும் இருக்கின்ற கடவுளைப்பற்றியும் கருத்துக்கள் தோன்றின. இங்குதான் மிக உயர்ந்த சமயத்தின் கொள்கைகளும், தத்துவங்களும் அதன் உச்சகட்டமான உயர்வை அடைந்தன. இந்தப் பூமியிலிருந்துதான் கடல் அலைகளைப்போல, ஆன்மிகமும் தத்துவமும் வெளியே பாய்ந்து சென்று உலகையே மூழ்கடித்தன. இந்தப் பூமியில் இருந்துதான் மறுபடியும் ஒருமுறை அழிந்து கொண்டு இருக்கின்ற மனித இனத்தின் வாழ்வையும், வேகத்தையும் பெற அந்த அலைகள் புறப்பட்டுச் சென்றாக வேண்டும். நூற்றாண்டு நூற்றாண்டுகளாக, அதிர்ச்சிகளையும், நூற்றுக்கணக்கான அந்நியர் படையெடுப்புகளையும் நூற்றுக்கணக்கான பழக்க வழக்கங்களையும்

கொண்டுள்ள அதே இந்தியாதான் இன்னும் அழியாமல் இருக்கிறது. அந்தப் பழைய இந்தியாதான், உலகத்தில் உள்ள உறுதியான எந்தப் பாறையைவிடவும் மிக உறுதியாகவும் அழியாத வேகத்தோடும் அழிக்க முடியாத உயிர்த்துடிப்போடும் எப்போதும் இருக்கிறது. தோற்றமும், முடிவும் இல்லாத, அழிவே இல்லாத அதே ஆன்மாவின் வாழ்க்கையாக அதன் வாழ்க்கை இன்று இருக்கிறது. நாம் அத்தகைய நாட்டின் குழந்தைகள்" *(விவேகானந்தரின் ஞானதீபம் - சுடர்-11, பக். 265-266)* என்கிறார்.

இத்தகு, பழம்பெருமை மிக்க இந்தியா வேற்றுமைகளுக்குள் ஒற்றுமையை இயல்பாகக் கொண்ட நாடு. பல்வேறு இனங்கள், மொழிகள், சாதிகள், சமயங்கள், வாழ்வியல் முறைகள் உடைய நாடு. இந்த வேற்றுமைகள் தவிர்க்க இயலாதவை. இவை வேறுவேறாக இருப்பதுதான் இயல்பு. அழகும்கூட. அழகிய உடற்கூட்டிற்குள் இரத்தநாளங்களைப் போல, இவை பின்னிப்பிணைந்து இந்திய ஆன்மாவைப் பாதுகாக்கின்றன என்றுதான் கொள்ளவேண்டும். இதைப் புரிந்துகொள்ள ஒருவகைத் தெளிவும் வேண்டும். இல்லாவிடில் சிக்கல்கள்தான் மேலெழும். சிக்கல்கள் எவையெனத் தெரிந்து அவற்றை எதிர்கொள்ளும் திறத்தையும் இந்தியச் சிந்தனை மரபு வழி, பின்வருமாறு அடையாளம் காட்டுகிறார் விவேகானந்தர்.

"இந்தியாவின் பிரச்சினைகள் மற்ற எந்த நாட்டுப் பிரச்சினை களைவிட மிகவும் சிக்கலானதும் முக்கியமானதும் ஆகும். இனம், சமயம், சாதி, மொழி, அரசாங்கம் ஆகியவை எல்லாம் சேர்ந்து ஒரு நாட்டை உருவாக்குகின்றன. உலகத்தில் உள்ள எந்த இனத்தை எடுத்துக் கொண்டு இந்த நாட்டோடு ஒப்பிட்டுப் பார்த்தாலும், அந்த நாடுகளை உருவாக்கிய அடிப்படைகள் இந்த நாட்டை உருவாக்கியவற்றைவிட, மிகவும் குறைவானவையாகவே இருக்கும். இங்கே ஆரியர்கள், திராவிடர்கள், துருக்கியர்கள், மொகலாயர்கள், ஐரோப்பியர்கள் உலகத்தில் உள்ள எல்லா இனங்களுமே இரத்தத்தைக் கலந்திருக்கின்றன. மொழிகளில் கூட அற்புதமான கலப்பு இங்கு உள்ளது. பழக்கவழக்கங்களைப் பொறுத்த வரை இரு இந்திய இனங்களுக்கிடையே உள்ள வேற்றுமை ஐரோப்பியர் களுக்கும் ஆசியர்களுக்கும் உள்ள வேற்றுமைகளைவிட அதிகமாக உள்ளன. இத்தகைய வேற்றுமைகளோடு நமக்குப் பொதுவாக அமைந் துள்ளது புனிதமான நம்முடைய மரபுகளும் நம் சமயமும் ஆகும். அதுதான் ஒரே பொதுவான அமைப்பு. அதன்மீதுதான் நாம் நம் நாட்டை உருவாக்க வேண்டும். ஐரோப்பாவில் அரசியல் கொள்கைகள் அந்த நாட்டின் ஒற்றுமையை உருவாக்குகின்றன. ஆசியாவில் சமயக் கொள்கைகள் அந்த ஒற்றுமையை உருவாக்குகின்றன. எனவே, எதிர்கால இந்தியாவிற்குச் சமய ஒற்றுமை மிகமிகத்தேவை" *(விவேகானந்தரின் ஞானதீபம் - சுடர் - 11, பக். 267-268).*

இந்த வேற்றுமையுள் ஒற்றுமைதான் உலக நாகரிகத்திற்கு முன்னதாக இந்தியா அளிக்கிற உன்னதப் பண்பாடு.

ஒரே கட்டமைப்பின் கீழ், ஒரே ஆட்சியின்கீழ், வாழ்வதால் மட்டும் இந்த நாடு ஒன்றாக இருக்கவில்லை. அதற்கு முன்பும் பின்பும் எப்போதும், ‘ஒன்றிய சிந்தனை, ஒன்று பரம்பொருள் நாம் அதன் மக்கள்’ என்கிற ஒருமையுணர்வுதான் இந்தியாவின் உயிர்ப்பண்பாக விளங்கி வருகிறது. இந்த மரபிலிருந்து பின்வரும் புதுமையை எடுத்துமொழிவதில் சுவாமி விவேகானந்தரின் ஞானப்பெருவெளி சுடர்வீசி வழிகாட்டக் காணலாம்.

“உலகில் உள்ள பல்வேறான மக்கள் பல்வேறு பாதைகளில் செல்லலாம். ஆனால், எல்லோரும் பாதைகளிலேயே செல்கிறார்கள். சிலர் கொஞ்சம் வளைந்த பாதையில் செல்லலாம். சிலர் நேரான பாதையில் செல்லலாம். ஆனால், எல்லோரும் ஒரே ஒரு கடவுளிடமே வந்து சேருகிறார்கள். இத்தகைய மனப்பான்மை இருந்தால் மட்டுமே சிவபெருமானிடம் கொண்ட உன் பக்தி முழுமை பெறுகிறது. அப்போதுதான் நீ சிவபெருமானை லிங்கத்தில் மட்டுமல்லாமல் எல்லா இடங்களிலும் காண்கிறாய். ஹரியை ஒவ்வொன்றிலும், ஒவ்வொருவரிலும் யார் காண்கிறானோ, அவனே ஹரியின் பக்தன். நீ உண்மையில் சிவபக்தனாக இருந்தால், சிவனை ஒவ்வொருவரிலும் ஒவ்வொன்றிலும் காண வேண்டும். எந்தப் பெயரிலும் எந்த வடிவிலும் அமைந்த கடவுளுக்குச் செய்யப்படும் ஒவ்வொரு வழிபாடும் அந்த ஒரே கடவுளுக்கே செல்கிறது. காபாவை நோக்கி மடிகின்ற கால்கள் அல்லது சர்ச்சில் முழந்தாளிடும் கால்கள், அல்லது புத்தரின் கோயிலில் மண்டியிடும் கால்கள், அவர்களுக்குத் தெரிந்தாலும் சரி, தெரியாவிட்டாலும் சரி, அவர்கள் அதை உணர்ந்தாலும் சரி, உணராவிட்டாலும் சரி. எந்தெந்த வடிவங்களில், எந்தெந்தப் பெயர்களில் அவர்கள் மலர்களை இட்டாலும், அவை அத்தனையும் அந்த ஒரே கடவுளின் திருவடிகளில்தான் இடப்படுகின்றன. ஏனெனில் அந்த ஒருவர்தான் எல்லோருடைய கடவுள். அவர்தான் ஆன்மாக்கள் அனைத்தின் ஆன்மா. இந்த உலகிற்கு எது தேவையென்று எனக்கும் உனக்கும் தெரிவதைவிட, அவருக்கு மிகமிக நன்றாகவே தெரியும். எல்லா வேற்றுமைகளும் தீர்ந்துபோவது என்பது முடியாத காரியம். அவை இருந்தே தீரும். வேறுபாடுகள் இல்லையென்றால் வாழ்க்கையே முடிந்துவிடும். இந்த மோதல்தான், இந்தச் சிந்தனைகளின் வேற்றுமை தான் ஒளியை உண்டாக்குகின்றன. இயக்கத்தை நடத்துகின்றன. எல்லாவற்றையும் செய்கின்றன. வேற்றுமைகள், மாறாத வேற்றுமைகள் நிச்சயம் இருக்க வேண்டும். அதனாலேயே நாம் ஒருவருக்கொருவர் வெறுக்க வேண்டும் என்பதில்லை. ஒருவரோடு ஒருவர் போரிட வேண்டும் என்பதும் இல்லை. எனவே, இங்கே நம் தாய் நாட்டில் போதிக்கப்பட்ட ஒரு சிறந்த

மையக்கருத்தை நாம் மறுபடியும் கற்க வேண்டும். அது மறுபடியும் இந்தியாவிலிருந்து உலகத்திற்கு உபதேசிக்கப்பட வேண்டும். ஏன்? அது நம் நூல்களில் மட்டுமில்லை, நம் தேசிய இலக்கியத்தின் தேசிய வாழ்வின் ஒவ்வொரு பகுதியிலும் அது உள்ளது. இங்கே, இங்கே மட்டும்தான் அது ஒவ்வொரு நாளும் நடைமுறையில் பின்பற்றப் பட்டது (விவேகானந்தரின் ஞானதீபம் - சுடர் -11, பக். 20-21) என்று சுவாமி விவேகானந்தரால் உறுதிப்படுத்தப்பட்ட பண்பாட்டை நடைமுறையில் கொண்ட நாடு இந்தியா. இதனால்தான் இது லோக குருவாக விளங்குகிறது. இந்த வழியில்தான் இந்தியப் பண்பாடு உலக அரங்கில் சுடர்விட்டு ஒளிர்கிறது.

இந்தியப் பண்பாடு

வண்ணங்கள், வடிவங்கள், வாழ்வியல் முறைகள் என என்னென்ன வகைமைகளில் வேற்றுமைப்பட்டாலும் எண்ணத்தால் ஒருங் கிணைந்த இந்தியர்கள் முன்வைக்கிற உண்மை, உலகநாடுகள் முழுமையும் முன்வைக்கிற உண்மையைக் காட்டிலும் வலுவானது என்பதை அழகாகச் சொல்கிறார் சுவாமி விவேகானந்தர். ஒவ்வொரு நாட்டிலும் மிகப் பழைய காலத்திலிருந்தே, 'பிறரை உங்களைப்போல நேசியுங்கள். அதாவது, மற்ற மனிதர்களையும் உங்களைப்போல நேசியுங்கள்' என்று போதிக்கப் படுகிறது. இந்தியாவிலோ, 'எல்லாவுயிர்களையும் உங்களைப்போல் நேசியுங்கள்' என்று உபதேசிக்கப்பட்டு வருகிறது. (மேலது) என்கிறார் அவர். அடிப்படையில் இவை ஒன்றுபோல் தோன்றினாலும், இவ் விரண்டிற்கும் இடையில் நுட்பமானதொரு வேறுபாடு இருக்கிறது. மனிதர்களை மட்டும் நேசிப்பதன்று ஆன்மிகம். மண்ணுலகில் வாழும் எல்லாவுயிர்களையும் தன்னைப்போல் நேசிப்பதுதான் ஆன்மிகம் என்று உரத்துச் சொல்கிறது இந்தியப் பண்பாடு. இது குறித்து இன்னும் விளங்கக் காணலாம்.

எது ஆன்மிகம்?

ஆன்மாவாகிய உயிர்களைப் பற்றி அறியும் துறை ஆன்மிகம். இறை யுணர்வோடு கூடிய ஒரு பார்வையில் படர்ந்து எழுந்த ஆன்மிகக்கொடி இன்றைக்கு மிகவும் சுருங்கிப்போய்க்கிடக்கிறது. அது ஆழ்ந்து அகன்ற பெருமையுடையது என்பதை மறந்தவர்களாக நாம் ஆக்கப்பட்டிருக் கிறோம். பொய்யும் புரட்டும் நம்பமுடியாக் கட்டுக் கதைகளும் சூழவிரிந்து ஆன்மிக ஒளியை அவித்துவருகின்றன. கண்கட்டு வித்தைகளும் மாஜிக் தந்திரங்களும் இன்றைய ஆன்மிக உலகில் அவிழ்த்து விடக்கூடிய அற்புதங்களாக ஆக்கப்பட்டிருக்கின்றன. புதிது புதிதான கார்பரேட் சாமியார்கள் ஆன்மிகத்தின் திறவு கோல்களைக் கையில் வைத் திருப்பதாக அறிக்கைகள் விடுவதும் அவர்களைக் கொண்டாடுவதுமான போக்குகள் மிகுந்திருக்கிற காலக்கட்டம் இது. இந்த வேளையில்

உண்மையான துறவியும் உன்னதமான வழிகாட்டியுமாகிய சுவாமி விவேகானந்தர், இளைஞர்களுக்கு மட்டுமன்றி எல்லாருக்கும் இது குறித்த தெளிவை உபதேசித்திருக்கிறார்.

"அற்புதங்களைத் தவிர்த்துவிடுங்கள். சமயத்தில் எவ்வித அற்புதமும் இல்லை... அற்புதங்களில் ஆசைப்படுவதும் விருப்பம் கொள்வதும் மூடநம்பிக்கையின் அடையாளங்கள். இவை எப்போதும் இழிவின், மரணத்தின் அடையாளங்கள். இதைக்குறித்து எச்சரிக்கையாக இருங்கள். வலிமையாக இருங்கள். உங்களுடைய சொந்தக் கால்களில் நில்லுங்கள்." (விவேகானந்தரின் ஞானதீபம் - சுடர்-11, பக்.253) என்கிறார். அற்புதத்தை நம்புவதும் அது நிகழாதுபோனால் நம்பிக்கை இழப்பதும், கடவுள் நம்பிக்கையற்ற நாத்திகர்களாகத் தங்களைக் கருதிக்கொள்வதும் ஆழமற்ற போக்கின் அடையாளங்கள். அதற்கு மறுதலையாக இன்னொரு செயல் பாடும் நம்மிடையே இருப்பதைக் கண்ட சுவாமி விவேகானந்தர் அதைப் பின்வருமாறு சுட்டிக்காட்டி எச்சரிக்கை செய்கிறார்.

"கோயிலுக்குப் போவதையும் பூசாரிக்கு ஏதேனும் கொடுப்பதையும் ஆன்மிக வாழ்வு என்று தவறாக எண்ணிவிடுகிறோம். இவை ஆபத்தானவை. நாசத்தை விளைவிப்பவை. அதை உடனடியாக ஆராய வேண்டும். நம் சாஸ்திரங்கள் திரும்பத்திரும்பச் சடங்குகளைப் பற்றிய ஞானம் கூடச் சமயம் இல்லை என்று கூறுகின்றன. மாறாத அந்த ஒன்றை நாம் உணருமாறு எது செய்கிறதோ, அதுதான் ஒவ்வொருவருக்கும் வேண்டிய சமயம். யார் மனத்தைக் கடந்த உண்மையை உணருகிறானோ, தன்னுடைய சொந்த இயற்கையில் யார் ஆன்மாவை உணர்கிறானோ, யார் கடவுளை நேருக்குநேர் காண்கிறானோ, எல்லாவற்றிலும் கடவுளைப் பார்க்கிறானோ அவன் ரிஷி ஆகிறான். நீ ஒரு ரிஷியாக மாறும்வரை, நீ வாழும் வாழ்க்கை சமய வாழ்க்கை அல்ல. அதன்பிறகுதான் உங்களுக்குச் சமயம் என்பது ஆரம்பமாகிறது. இப்பொழுது செய்வதெல்லாம் அதற்கான பல தயாரிப்புகளே" (விவேகானந்தரின் ஞானதீபம் - சுடர்-11, பக். 262) என்கிறார். இந்தத் தயாரிப்புகள் நம்மை எங்கே இட்டுச்செல்ல வேண்டும் என்றும் அவர் விளக்கியுரைக்கிறார்.

ஆன்மிகத்தின் செயல்பாடு அமையும் விதம்

சுவாமி விவேகானந்தர் இந்து சமயத்துறவி. ஆனால், அவரது பார்வையில் அந்தச் சமயம் இந்துக்கடவுளர்களைத் துதிப்பதாக மட்டும் அமைந்திருக்கவில்லை. இந்தியர்கள் என்ற அளவில் மட்டும் நிறுத்திக்கொண்டதாகவும் இல்லை. இந்தியநெறிநின்று, இந்து சமய உண்மைகளை உள்வாங்கி, உலக அளவில் அனைத்துச் சமயங்களையும் ஆய்ந்து தெளிந்து அதனின்றும் மேலோங்கிவிரியும் ஆன்மிகத்தை விரிப்பதாக அவரது சிந்தனை புலப்படுகிறது. அதில் அழுத்தமான

நம்பிக்கையும் பொய்யும் பாசாங்கும் இல்லாத ஆழ்ந்த நுணுக்கமும் உட்கிடக்கையாகின்றன. அவை வெறும் சமய முழக்கங்களாக அமைய வில்லை. சமயப் பார்வையில்லாத சமுதாயக் கண்ணோட்டமாகவும் எழுந்து விடவில்லை. சமயமும் சமுதாயமும் அவர் பார்வையில் ஒன்றிணைகின்றன. அவர் காலத்து இந்திய வாழ்வில் அதுவே அடிநாதமாகவும் இருந்ததை அனுபவத்தில் கண்டவர் ஆதலின் எதிர்கால இந்தியா குறித்து ஆன்மிக நோக்கில் ஒரு புதிய முறைமையை, பண்பாட்டு முழக்கத்தை இளைஞர்கள் முன்வைக்கிறார்கள்.

“இனிவரும் 50 ஆண்டுகளுக்கு, நம் மகத்தான இந்தியத் தாயின் வளர்ச்சியே நம் இலட்சியமாக இருக்க வேண்டும். மற்ற எல்லா வீணான கடவுள்களும் நம் மனத்தில் இருந்து, சிறிதுகாலம் மறைந்து விடட்டும். நம் இனமாகிய இந்திய மக்கள்தாம் விழித்துக் கொண்டிருக்கும் ஒரே கடவுள். ‘எல்லா இடங்களிலும் அவரின் கைகள். எல்லா இடங்களிலும் அவரின் கால்கள். எல்லா இடங்களிலும் அவரின் காதுகள். அவரே எல்லா வற்றையும் சூழ்ந்திருக்கிறார்.’ மற்ற எல்லாக் கடவுள்களும் தூங்கிக் கொண்டிருக்கிறார்கள். நம்மைச் சுற்றியுள்ள நம் மக்களாகிய கடவுளை வணங்காமல், வீணான அந்தக் கடவுள்களின் பின்னால், நாம் ஏன் போக வேண்டும்? எங்கும் பரவியுள்ள ‘விராட்’ ஆகிய இந்தக் கடவுளை வணங்கினால், மற்ற எல்லாக் கடவுளையும் வணங்கும் திறன் பெற்றவர்களாக ஆகுவோம்.” (விவேகானந்தரின் ஞானதீபம்- சுடர்-11, பக். 291-292) என்கிறார்.

கண்ணெதிரில் தோன்றும் மக்களைவிடவும் கருத்துருவில் கண்டுகொள்ள இயலாத நிலையில் இருக்கும் கடவுள்கள் குறித்து எதற்குச் சிந்திக்க வேண்டும் என்று அவர் கேட்கிற கேள்வி நாத்திகம் சார்ந்ததன்று. ஆத்திகத்தின் ஆணிவேர் கொண்டு எழுவது. உண்மையில் எது வழிபாடு? கல்லிலும் மரத்திலும் செம்பிலும் வடித்த கடவுளர் சிலைமுன் கண்மூடி நின்று தியானிப்பதா? என்னென்னவோ சடங்குகளையும் சம்பிரதாயங்களையும் முன்னெடுத்து ஏனையவற்றைப் பின்னுக்குத் தள்ளுவதா? அவர் காலத்திலும் அவருக்குச் சற்றுமுன்பும், ஏன் இன்றும் கூடப் பல நிலைகளில் இத்தகு போக்கைக் காணுகிறோம். ஆனால், இந்த மரபு கடந்து மனிதாபிமானம் கலந்த உயிர் இரக்கம் சார்ந்த உன்னத வழிபாட்டை அவர் முன்வைக்கும் அழகு, சமயவுலகின் உயிர்ப்பான வழிபாடு ஆகும். எல்லாவுயிர்களையும் தன்னைப்போல் நேசிப்பது என்பதைவிடவும், எல்லாவுயிரிலும் இறையைக் காண்பது, காண்பதோடு அத்தகு இறைக்குத் தொண்டாற்றுவதுதான் மெய்யான வழிபாடு என்பதைக் கவித்துவமாக விளக்குகிறார் சுவாமி விவேகானந்தர்.

யார் ஏழையிடமும் பலவீனரிடமும் நோயாளியிடமும் சிவ பெருமானைக் காண்கிறானோ, அவனே உண்மையில் சிவபெருமானை வழிபடுகிறான். திருவுருவில் மட்டும் சிவபெருமானைக் காண்பவன் செய்யும் வழிபாடு வழிபாடுதான் என்றாலும், அது ஆரம்பநிலையில் உள்ள வழிபாடாகும். ஒரேயொரு ஏழையின் உருவில், தம்மைக்கண்டு அவனுடைய சாதி, மதம், இனம் முதலிய எதையும் பாராமல், சேவையும் உதவியும் செய்பவனிடம் கோயிலில் மட்டுமே தம்மை வழிபடும் ஒருவனது வழிபாட்டில் கொள்ளும் மகிழ்ச்சியைவிட, அதிக மகிழ்ச்சி கொள்கிறார் சிவபெருமான் (விவேகானந்தரின் ஞானதீபம்-சுடர்-11, ப. 63). இந்த வழிபாட்டுப் பாங்குதானே உலக அரங்கில் நின்று முழங்கிய சுவாமி விவேகானந்தரின் சீடராய்ச் சகோதரி நிவேதிதாவைக் கொண்டுவந்து சேர்த்தது; இந்த வழிபாட்டுப் பொதுமைதானே, இந்தியாவிற்கு வந்து தொண்டுசெய்த அன்னை தெரேசாவைப் பாரத ரத்னாவாக ஆக்கியது.

அண்ணல் காந்தியடிகள் தொடங்கி, இன்னும் எண்ணற்ற தேசபக்தர்களை, தியாகப்பெருமக்களை உருவாக்கி உலகிற்குத் தந்தது இவர் இளைஞர்களின் முன்வைத்த இந்த ஒருமைப்பாட்டு முழக்கம் தான். ஆனால், இன்றைய நடைமுறையில் இளைஞர்களின் நிலை என்னவாக இருக்கிறது? தெய்வ பக்தியும் இல்லை; தேசபக்தியும் இல்லை. கடவுள் நம்பிக்கையும் இல்லை; தன்னம்பிக்கையும் இல்லை. ஒருவித நம்பிக்கை வறட்சி. விரக்தி மனப்பான்மை. ஆழ்ந்த அன்பின்மையில் விளைந்த போலிப் பாசாங்கு. சின்னத்திரையும் பெரிய திரையும் போதாக் குறைக்கு வந்து ஈர்த்து வசப்படுத்திச் சிறைப்படுத்தும் செல்போன் திரையும் இவர்களை மாயவலைக்குள் வீழ்த்திச் செயலிழக்க வைத்திருக்கின்றன; சிந்தையைத்திரித்து இயக்குகின்றன. உலக அரங்கில் அபரிமிதமான இளைஞர்சக்தியைப் பெற்ற இந்தியாவின் எழுச்சி, எங்கோ திசைமாறித் திணறிக்கொண்டிருக்கிறது. போட்டிகளும் பொறாமைகளும் ஊட்டி வளர்க்கப்பட்ட இளைய சமுதாயம், நம்பிக்கையின் ஊற்றுக் கண்கள் அடைக்கப்பட்டுச் சுயமிழந்து நிற்கக் காண்கிறோம்.'சகோதர, சகோதரிகளே' என்று உலகறியக்கூவிய சுவாமி விவேகானந்தரின் தாயகத்தில் பிறந்த இளந்தலைமுறை, தம்முடன் பயிலும் பழகும் சகபாலினரைச் சகோதர, சகோதரிகளாகக் கருதுவது இழிவெனக் கொள்ளும் மனப்போக்குக் கொண்டிருப்பது வருந்தத்தக்கதாக இருக்கிறது.

இந்திய இளைய மனங்களில், கட்டுப்பாடற்ற காமக்கிலேசங் களும், வரன்முறையற்ற நுகர்வுவெறியும் கொண்டுவந்து கொட்டப் படுகின்றன. இன்றைக்குத் தமிழகத்தின் பல பகுதிகளில் பயணம்

செல்கிற போதெல்லாம் காணுகிற ஒரு காட்சி இந்தப் பண்பாட்டுச் சீரழிவுக்கு ஒரு குறியீடாக நின்று உறுத்துகிறது.

காலங்காலமாய், நமது முன்னோர்க்கும் முன்னோர்கள் கரடு முரடான காடு திருத்திக் கழனியாக்கி, நெல் விளைத்த நன்செய் நிலங்களில் மீண்டும் கரடுமுரடான கட்டட இடிபாட்டுக் கழிவுகள் கொண்டுவந்து கொட்டப்படுகின்றன. விளைநிலங்கள் விலை நிலங்களாகத் தயார்ப்படுத்தப்படுகின்றன. மண்பாடு இப்படியிருக்கப் பண்பாடு இனி என்னாகும்?

சுவாமி விவேகானந்தர் கம்பீரமாகக் கண்டு போற்றிய இமய மலை தொடங்கி இந்திய நதிகள் வரை எல்லாமும் நுகர்வுவெறிக்கு இலக்காகித் தன்னியல்பழிந்து அழிக்கப்பட்டுவரும் சூழலில், மண்ணும் மரபும் இழந்த இந்தியா எங்ஙனம், மாற்றுத் தேடி வீறு கொண்டெழும்? மீண்டும் வேற்றுமைகளைக் காரணங்காட்டி ஒற்றுமைக்கு உலைவைக்கும் நாசசக்திகளின் கரங்களுக்குள் சிக்கி வன்கொடுமைக்காட்படும் இந்த நாட்டையும் மக்களையும் மீட்பது எங்ஙனம்?

தெய்வபக்தியுடனான தேசபக்தியுடன் இளைய பாரதம் அச்சமின்றி எழுந்தால்தான் ஏதேனும் ஆகும். இல்லையெனில் மிச்சமின்றி, இந்த நாட்டின் இயற்கை வளங்களும் இந்திய மனங்களும் வறண்டு சிதைந்து உள்ளீடற்று அழிந்துபோகும். இதனை எதிர்கொள்ளும் ஆற்றலை இளைஞர்களுக்கு வழங்குவதில் தலையாய பெருமகானாக சுவாமி விவேகானந்தர் இருக்கிறார். இந்திய இளைஞர்களை நோக்கி, சுவாமி விவேகானந்தர் இப்போதைக்கு அப்போதே முழங்கியிருக்கிறார்.

“நம் நாட்டிற்கு இப்போது தேவைப்படுவது எதுவென்றால், அண்டங்களின் ரகசியங்களுள்ளும் அற்புதங்களுள்ளும் துளைத்துச் செல்லக்கூடிய பயங்கரமான இரும்புத்தசையும், எஃகு நரம்புகளும், எதனாலும் எதிர்க்க முடியாத உறுதியும் ஆகும். லட்சியத்தை அடைவதற்காகக் கடலின் ஆழத்திற்குச் செல்வதென்றாலும், மரணத்தை நேருக்கு நேர் சந்திப்பது என்றாலும் அதற்கான துணிச்சலும், ஆற்றலும் உடையவர்கள் தேவை. நமக்குத் தேவைப்படுவது அதுதான். எல்லாம் ஒன்றே என்னும் ஒருமைக்கொள்கையை அத்வைதக் கொள்கையைப் புரிந்துகொள்கின்ற அனுபவத்தில் காண்கின்ற நிலை வேண்டும். இத்தகைய கொள்கையே உருவாக்கப்படவும் நிலைநிறுத்தப்படவும் வேண்டும். நம்பிக்கை நம்பிக்கை, நம்பிக்கை நம்மிடத்தில் நம்பிக்கை. கடவுளிடத்தில் நம்பிக்கை. இதுதான் மகோன்னதத்தின் இரகசியம். உங்களுடைய புராணக்கடவுள்கள் முப்பத்துக்கு மூன்று பேரிடமும் இது போதாமல், உங்கள் நடுவே வெளிநாட்டவர்களால் அவ்வப்போது

கொண்டு வந்து நுழைக்கப்படும் எல்லாக் கடவுள்களிடமும், நம்பிக்கை வைத்து உங்களிடம் உங்களுக்கு நம்பிக்கையில்லை என்றால், உங்களுக்குக் கதிமோட்சமில்லை. உங்களிடம் நம்பிக்கை கொள்ளுங்கள். அந்த நம்பிக்கையின்மீது எழுந்து நில்லுங்கள். வலிமையுடையவர்களாக இருங்கள். நமக்குத்தேவைப்படுவது இதுதான்." (விவேகானந்தரின் ஞானதீபம்- சுடர் - 11, பக். 139-140).

இது கேட்கிற அல்லது படிக்கிற கணத்தில் தோன்றி மறையும் நம்பிக்கையாகக் குறுகிவிடக்கூடாது. உயிரில் கலந்து உணர்வில் எழுந்து செயலில் வெளிப்படவேண்டிய இயக்கமாக அமைதல் வேண்டும்.

12. இன்றைய சவால்களுக்கு
சுவாமி விவேகானந்தர் கூறும் தீர்வுகள்

-முனைவர் க. தனலட்சுமி

உதவிப் பேராசிரியர், ஒருங்கிணைப்பாளர்,
சுவாமி விவேகானந்தர் மாணவர் சிந்தனை மன்றம்,
என்.ஜி.எம். கல்லூரி, பொள்ளாச்சி.

மனித வாழ்க்கை மகத்தானது. மனிதனும் மகத்தானவன். இந்த வாழ்க்கையில் வென்றவரும் இருக்கிறார்கள், தோல்வியடைந்தவரும் இருக்கிறார்கள். யார் ஒருவர் சவால்களை அறிந்து அதனை வெல்லும் ஆற்றலைப் பெறுகிறாரோ அவரே வாழ்க்கையில் வெற்றி பெறுகிறார். சுவாமி விவேகானந்தர் கூறும் சமுதாயச்சிக்கல்களும் அதற்கான தீர்வுகளையும் இன்றைய சூழலில் ஆராய்வது மிகவும் முக்கியமாகும். சுவாமி விவேகானந்தர் அவர்கள் சமுதாயச் சிக்கல்களாக,

1. தன்னம்பிக்கை இழப்பு

2. செயலற்ற தன்மை

3. குறுகிய மனப்பான்மை

4. எள்ளி நகையாடல்

5. பாமர மக்களைப் புறக்கணித்தல்

6. கடந்த கால வரலாற்றைப் புறக்கணித்தல்

7. பிறர் உதவியை நாடியே இருத்தல்

8. நம் நிலைக்கு நாமே காரணம் என்று உணராமை

9. மதவெறி

10. சாதிப் பிரச்சினை

ஆகியவற்றைக் குறிப்பிடுகின்றார்.

தன்னம்பிக்கை இழப்பு

தன்னம்பிக்கை இழப்புதான் இன்றைய மிகப்பெரிய சிக்கலாக விளங்குகின்றது. தன்னம்பிக்கை தான் சுவாமி விவேகானந்தரை இந்த உலகத்திற்கு அடையாளம் காட்டியது. அவர் கூறும் தன்னம்பிக்கையைப்

பின்பற்றினால் வாழ்க்கையில் வெற்றி பெறலாம். தன்னம்பிக்கை கொண்டிருந்த ஒரு சிலருடைய வரலாறே உலக சரித்திரமாகும் என்று முழங்கியவர் சுவாமி விவேகானந்தர். அது மட்டுமல்லாது தன்னம்பிக்கை இழக்கின்ற அந்த கணமே ஒருவன் அழிகிறான் என்றும் கூறுகிறார். பாவம் என்ற ஒன்று உண்டென்றால் அது நீங்கள் உங்களைப் பலவீனர் என்று சொல்வதுதான் என்று கூறும் சுவாமிஜி அவர்கள் தன்னம்பிக்கையைப் பெற ஊக்கமும் அளிக்கின்றார்.

"இளைய பாரதமே விழித்தெழு உலகிற்கு ஒளியூட்டு" என்று வீர முழக்கமிட்ட விவேகானந்தர் உனக்குத் தேவையான எல்லா வலிமையும் உனக்குள்ளே இருக்கின்றன. காலமும் இடமும் கூட உங்கள் இயல்புடன் ஒப்பிடும் பொழுது ஒன்றுமே இல்லை என்று தீர்வு கூறுகின்றார். தற்கொலைகள் அதிகமாகிக் கொண்டிருக்கின்ற இச்சூழலில் சுவாமிஜியின் கருத்துக்களை நாம் பின்பற்றுதல் வேண்டும். ஓயாமல் பலவீனத்தைப் பற்றிப் பேசுவது நம்முடைய வாழ்க்கைக்கு உயர்ந்ததல்ல. மாறாக நாம் நம்மீது நம்பிக்கை கொள்வதே சிறந்தது என்ற அவரின் கருத்தைப் பின்பற்றுவதே தன்னம்பிக்கை இழப்பிற்குத் தீர்வாக அமையும் எனலாம்.

செயலற்ற தன்மை

செயலற்ற தன்மை அடுத்த சமுதாயப் பிரச்சினையாக விளங்கு கின்றது. கோடிக்கணக்கான இளைஞர்களைக் கொண்டு விளங்கும் நம்நாடு போதிய அளவு உயர்வடையாததற்குச் செயலற்ற தன்மையே காரணமாகும். மாபெரும் செயல்களால் ஒருவனின் ஆற்றல் தீர்மானிக்கப்படுவதில்லை. ஒருவனுடைய சிறிய செயல்களும் அவனைத் தீர்மானிக்கும். இதனை, 'ஒருவரது உண்மையான குணத்தை அறிய விரும்பினால் அவரது மகத்தான காரியங்களைப் பார்த்து முடிவுக்கு வராதீர்கள். ஒருவன் மிக மிகச் சாதாரணச் செயல்களைச் செய்யும் போது கவனியுங்கள்' என்ற சுவாமிஜியின் கருத்தாலும் அறியலாம்.

நாம் பலரும் குறிக்கோளற்ற தேவையற்ற செயல்களைச் செய்து விடு கின்றோம். செயலின் ஆழ அகலத்தை நுட்பமாகப் பார்க்க வேண்டியிருக் கின்றது. 'நீங்கள் கீதையைப் படிப்பதைவிட கால்பந்தாடுவதன் மூலம் சொர்க்கத்திற்கு மிக அருகில் செல்ல முடியும்' என்ற சுவாமிஜியின் கருத்தை இங்கு நினைவு கூறுதல் பொருத்தமானதாக அமையும். எந்தச் செயலை எப்படி எப்பொழுது எவ்வகையில் செய்ய வேண்டும் என்பதை நாம் உற்று நோக்குதல் வேண்டும். உண்மையிலேயே நாம் செயல் வீரர்களாக மாற வேண்டும். நாம் செயல் வீரர்கள் போல் நடித்தல் கூடாது. இங்கு, 'சிங்கத்தின் தோலைப் போர்த்திக் கொண்டால் கழுதை சிங்கமாகி விடாது'

என்ற சுவாமிஜியின் கருத்தைத்தான் உரக்கக் கூற வேண்டியிருக்கிறது. செயலின் பயனில் செலுத்தும் அதே அளவு கவனத்தை அந்தச் செயலைச் செய்கின்ற முறையிலும் செலுத்த வேண்டும் என்று கூறும் சுவாமிஜி பிறருக்குத் தீமை நிறைந்த செயலைச் செய்தால் அது உனக்குத் தீமையாக முடிகிறது. நன்மை நிறைந்த செயலைச் செய்தால் அது உனக்கு நன்மையாக முடிகிறது என்றும் எடுத்துரைக்கின்றார். எல்லாத் தேவைகளையும் துன்பங்களையும் தீர்க்கும் செயலாற்றல் நம்முடைய செயலற்ற தன்மைக்குத் தீர்வாகக் கூறலாம். 'சாதிக்க வேண்டியவை ஏராளம் உள்ளன. அதற்கான சாதனங்கள் இந்த நாட்டில் இல்லை. நமக்கு மூளை உள்ளது கைகள் இல்லை. நம்மிடம் வேதாந்த நெறி உள்ளது. அதைச் செயல் படுத்தும் ஆற்றல் இல்லை. நமது நூல்களில் பெரிய சமத்துவக் கருத்து, நடைமுறையிலோ பெரிய வேறுபாடுகள், சுயநலமற்ற ஆசையற்ற உயர்ந்த செயல் பாரதத்தில்தான் போதிக்கப்பட்டது. செயல்முறையில் நாம் அப்படி இல்லை' என்று கூறும் விவேகானந்தர் செயலற்ற தன்மைக்குத் தீர்வாக, 'ஒரு கண்டனச் சொல் கூட வேண்டாம். உதடுகளை மூடிக் கொள்ளுங்கள். உங்கள் உள்ளங்கள் திறக்கட்டும். உங்கள் ஒவ்வொருவரின் தோள்கள் மீதுதான் முழுப் பொறுப்பும் இருப்பதாக எண்ணி இந்த நாட்டின் மற்றும் உலகம் முழுவதும் நற்கதிக்காகப் பாடுபடுங்கள்' என்ற வைரவரிகளைக் கூறலாம்.

குறுகிய மனப்பான்மையும் எள்ளி நகையாடலும்

குறுகிய மனப்பான்மையோடு சுயநலத்தோடு வாழ்வதை, சுவாமி விவேகானந்தர் புறக்கணிக்கின்றார். நம் நன்மையை மட்டுமே நினைக்கும் சுயநலம் பாவங்கள் அனைத்திலும் முதற்பாவம் என்று கூறுகின்றார். இன்று சுயநலமும் மீறி தன்னை அழித்தாவது பிறரை அழிக்கத் துடிக்கும் வெறி அதிகமாகிவிட்டது. தான் இறந்தாலும் சரி பிறரை அழிக்காமல் விடமாட்டேன் என்ற இழிநிலை மாற வேண்டும். அதற்குச் 'சுயநலம் இல்லாதவனே கடவுளுக்கு அருகிலிருக்கிறான். சுயநலமுடையவன் சிறுத்தையைப்போல உடல் முழுவதையும் மதச் சின்னங்களைத் தீட்டிக் கொண்டே இருந்தாலும் அவன் கடவுளிடமிருந்து விலகியே இருக்கிறான்' என்ற சுவாமிஜியின் கருத்தை மனமார உணர்தல் வேண்டும்.

தானும் செயலாற்றாது பிறரையும் செயலாற்ற விடாமல் எள்ளி நகையாடும் கூட்டத்திற்குத் தீர்வாக, 'யார் வேண்டுமானாலும் எதை வேண்டுமானாலும் பேசட்டும். உங்கள் பாதையில் உறுதியாகச் செல்லுங்கள்' என்ற கருத்தைக் கொள்ளலாம்.

பாமர மக்களைப் புறக்கணித்தல்

உழைக்கும் வர்க்கத்தின் ஆணிவேராக இருக்கக் கூடியவர்கள் பாமர மக்கள். அவர்களைப் புறக்கணித்ததை சுவாமிஜி அவர்கள், 'பாமர மக்களைப் புறக்கணித்ததே நமது தேசியப் பெரும்பாவம் என்று நான் கருது கிறேன். நமது வீழ்ச்சிக்கு அதுவும் ஒரு காரணம்' என்று கூறுகின்றார். அதற்குத் தீர்வு பாமரர்களுக்குக் கல்வி அளிக்க வேண்டும் என்பதை, 'இந்தியாவில் உள்ள தீமைகள் அனைத்திற்கும் வேராக இருக்கின்ற ஒரே விஷயம் ஏழைகளின் நிலைமை. நமது ஏழைகள் தேவதைகள். எனவே நமது ஏழைகளின் நிலைமையை உயர்த்துவது மிக எளிது. நமது நாட்டின் தாழ்ந்த வகுப்பினருக்குச் செய்ய வேண்டிய ஒரே சேவை கல்வி அளிப்பது. அவர்கள் இழந்த தனித்துவத்தை மீண்டும் பெறச் செய்வது' என்ற கூற்றால் அறியலாம்.

கடந்தகால வரலாற்றைப் புறக்கணித்தல்

கடந்தகால வரலாற்றைப் புறக்கணித்தல் நம் நாட்டின் மற்றொரு சிக்கலாக உருவெடுத்து இருக்கின்றது. நாம் நம்முடைய பாரம் பரியத்தையும், பண்பாட்டையும் உயிராக நினைத்தல் வேண்டும். பல நாடுகள் தோன்றுவதற்கு முன்பே நம் நாடு பாரம்பரியத்தால் செழித்து விளங்கியது. அதனால்தான் சுவாமிஜி அவர்கள், "இந்தியா ஆயிரமாயிரம் ஆண்டுகளாக அமைதியுடன் வாழ்ந்து வருகிறது. கிரிஸ் என்ற நாடு தோன்றுமுன்னரே, ரோமப் பேரரசு கற்பனையில் கூட உதிக்கும் முன்னரே, இன்றைய ஐரோப்பியரின் மூதாதையர் தங்கள் உடம்புகளில் நீலநிறச் சாயத்தைப் பூசிக்கொண்டு காடுகளில் வாழ்ந்த காலத்திலேயே இங்கே மிகச் சிறந்த வாழ்க்கை முறைகள் உருவெடுத்துவிட்டன" என்று கூறினார். உலகத்திற்கே பண்பாட்டைப் புகுத்தக் கூடிய நாடாக நம் நாடு விளங்குவதை, 'என் நாட்டு மக்களே! அழியாத அமரத்துவத்தின் குழந்தைகளே! நமது தேசியக் கப்பல் நாகரீகத்தைச் சுமந்தபடி மதிப்பு மிக்க தன் செல்வத்தை உலகிற்கு வழங்கி வளப்படுத்தியபடி யுகயுகாந் தரங்களாகப் பயணம் செய்து கொண்டிருக்கிறது' என்று விவேகானந்தர் குறிப்பிடுகின்றார். கடந்த காலத்தை ஒவ்வொருவரின் கவனத்திற்கும் கொண்டு வருபவர் இந்த நாட்டிற்குச் சிறந்த நன்மை செய்பவர் நமது புராதன மக்களின் சட்டங்களும் பழக்கவழக்கங்களும் தவறானவையாக இருந்த தால் இந்தியாவிற்கு வீழ்ச்சி ஏற்படவில்லை. அவர்கள் கண்ட முடிவுகளை முறைப்படி செயல்முறைப் படுத்தாததுதான் வீழ்ச்சிக்குக் காரணம் என்ற சுவாமி விவேகானந்தரின் கருத்தை உணர்ந்து நம்முடைய பண் பாட்டை அனைவருக்கும் உணர்த்துவதே இச்சிக்கல்களுக்குத் தீர்வுகளாக காரணமாக அமையும்.

பிறர் உதவியை நாடாது நம் நிலைக்கு நாமே காரணம் என்பதை உணர்ந்து பலமே வாழ்வு என்பதை பறைசாற்றி வாழ்தல் அனைத்துச் சிக்கல் களுக்கும் தீர்வாக அமையும்.

மதவெறியும், சாதிப்பிரச்சினையும்

மதவெறியும் சாதிவெறியும் இன்று உச்சகட்ட நிலையை அடைந் துள்ளன. சிறிது தடுமாறினாலும் மலை உச்சியில் இருப்பவனுக்கு மரணம் ஏற்படுவதைப் போல மதம் என்ற மலை உச்சியில் இருக்கும் நம்நாடு மதவெறிக்குள் வீழ்ந்து அழிய நேரிடும். இதிலிருந்து விடுபடுவதற்கு ஆன்மீகப் புரட்சியாளராகிய சுவாமி விவேகானந்தரின் கருத்துக்களை நாம் பின்பற்றுதல் வேண்டும்.

உலக உயிர்கள் அனைத்திலும் கடவுளைக்கண்டவர் சுவாமி விவேகானந்தர். உலகிலுள்ள அனைத்து மதங்களைச் சார்ந்த மனிதர் களுக்கும் அடைக்கலம் கொடுத்த நாட்டைச் சார்ந்தவனாக தன்னைச் சிகாகோவில் பறைசாற்றியவர். பிற மதங்களை என்றும் வெறுத்தவரோ குறை கூறியவரோ அல்ல சுவாமி விவேகானந்தர். பிற மதங்களின் நற்கருத்துக்களைப் பறைசாற்றிய பெருமை சுவாமி விவேகானந்தரைச் சாரும். “என்றென்றும் நிலைத்த மாறாத அன்பும் கருணையும் பொருந்திய பலநூறு புத்தபிரான்கள் இப்போது தேவைப்படுகின்றார்கள் என்று கூறியவர். கிறிஸ்தவர் இந்துவாகவோ பௌத்தராகவோ மாற வேண்டிய தில்லை அல்லது இந்து பௌத்தராகவோ கிறிஸ்தவராகவோ மாற வேண்டியது இல்லை. ஒவ்வொருவரும் மற்ற மதங்களின் நல்ல அம்சங்களைத் தனதாக்கிக் கொண்டு தன் தனித்தன்மையைப் பாதுகாத்துக் கொண்டு தன் வளர்ச்சி விதியின் படி வளர வேண்டும் என்ற சுவாமிஜியின் கருத்து அவரின் மத நல்லிணக்கக் குணத்தை எடுத்துரைக்கின்றது. “ரோஜா மலரை எந்தப் பெயரிட்டு அழைத்தாலும் அதே நறுமணம் தான் கமழும், அதே போல கடவுளை எந்தப் பெயர் கொண்டு அழைத்தாலும் அவர் ஒருவரே, அவர் தன்மை என்றும் மாறுவதில்லை. பெயர்கள் விளக்கங் களாக மாட்டா” என்று மாபெரும் தத்துவத்தை எடுத்துரைத்தவர். தனது மதம் மட்டுமே வாழும் மற்ற மதங்கள் அழிந்துவிடும் என்று யாராவது நினைப்பதைக் கூட ஏற்றுக் கொள்ளாதவர்.

மூடநம்பிக்கையைவிட மதவெறியே அழிவைத்தரும் என்று தெளிவு படுத்தியவர் சுவாமிஜி அவர்கள்.

மதங்கள் பலவானாலும் அவரவருடைய மதங்களின் நற்கருத்தைச் செயல்படுத்துவதில் தான் ஆன்மீக பலம் அடங்கியிருக்கின்றது என்ற சுவாமி விவேகானந்தரின் கருத்தைப் பின்பற்றினால் வேற்றுமையில் ஒற்றுமை காணலாம்.

சவால்களின் பட்டியல்களைக் கண்டு அஞ்ச வேண்டிய அவசியம் இல்லை. நம் நாடு சற்று விழித்துக் கொள்ள வேண்டியதாக இருக்கின்றதே தவிர முழுவதும் சீர்திருத்த வேண்டிய அவசியமில்லை. இதனை, "நான் சொல்வது 'சீர்திருத்தம்' என்பதல்ல, முன்னேறிச் செல் என்பதே, சீர்திருத்தம் செய்ய வேண்டிய அளவிற்கு எதுவும் கெட்டுவிடவில்லை" என்ற சுவாமி விவேகானந்தரின் வீர முழக்கத்தால் அறியலாம்.

"பாரதமே விழித்தெழு!
உலகிற்கு ஒளியூட்டு!"

என்று நாமும் வீர முழக்கமிடுவோம். வெற்றி பெறுவோம்.

13. சுவாமி விவேகானந்தரின் பார்வையில் பெண்கள்

-முனைவர் ஆ. மகாலட்சுமி
தமிழ் உதவிப்பேராசிரியர்,
தமிழ்த்துறை,
என்.ஜி.எம். கல்லூரி,
பொள்ளாச்சி.

தொன்று தொட்டு நம் பாரத நாடு பல்வேறு ஞானிகளையும், மகான்களையும், வீர, வீராங்கனைகளையும், கலைஞர்களையும் உலகிற்கு நன்கொடையாகக் கொடுத்து வருகின்றது. எப்பொழு தெல்லாம் தர்மம் மங்கி, அதர்மம் ஓங்குகிறதோ, அப்பொழுதெல்லாம் மீண்டும் தர்மத்தை நிலைநாட்டவும், இத்தேசத்தின் இலட்சியப் பாதையை அதன் வழியில் நிலைநிறுத்தவும் அவதாரப் புருஷர்கள் இம்மண்ணில் தோன்றுவதுண்டு. அவ்வகையில் ஆண்டாண்டு காலமாக வேதத்தில் புதைத்து கிடந்த கருத்துக்களைக் காலத்தின் தேவைக்கேற்ப, புதிய பரிமாணத்தில், புதிய சிந்தனைகளுடன், புதிய மாற்றத்திற்கு வித்திட்டவரே வீரத்துறவி சுவாமி விவேகானந்தர். இத்தேசத்திற்குப் புதிய உந்து சக்தியை அளித்து, பெண்களின் முன்னேற்றத்துக்குப் பாடுபட்ட விவேகானந்தரின் பார்வையில் பெண்கள் என்ற கருத்துக்களை ஆராய்வோம்.

பெண் தெய்வம்

பாரத நாட்டிலேயே மிக உயர்ந்தது, இனியது, மென்மையானது, அன்பைத் தட்டி எழுப்புவது, அமைதியைத் தருவது, புனிதமானது பெண்மையே ஆகும். பெண்ணைத் தெய்வமாகப் போற்றுவதற்கு நாம் கற்றுக் கொண்டிருக்கிறோம். தாய்நாடு என்றும் 'தாய் மொழி' என்றும் பேசுகின்றோம். பெண்ணை முழுமுதற்கடவுளாக ஏற்றுக் கொண்டதால் பாரதத்தில் பெண்மைக்கு மரியாதை அளிக்கப்பட்டது.

பெண்மை குணங்களாகிய பணிவு, அடக்கம், நாணம், பொறுமை, தியாகம், விட்டுக்கொடுக்கும் மனப்பான்மை இவற்றினுடைய ஆன்மீக முக்கியத்துவத்தையும், சமுதாய முக்கியத்துவத்தையும் மக்கள் உணர்ந்தார்கள். இந்த குணங்கள் சமுதாயத்தில் பெரிதளவில் பரவின.

தியாகத்தையும், பணிவையும் துணையாகக் கொண்டுதான் மனிதன் மிருகம் என்ற நிலையிலிருந்து நல்ல மனிதன் என்ற நிலைக்கும், அதற்கு மேல் தெய்வம் என்ற நிலைக்கும் உயர முடியும். அதற்கு உறுதுணையாகப் பணிவு, தியாகம், அடக்கம் என்ற குணங்கள் நிற்கின்றன. பெருமளவு மக்கள் இக்குணங்களை ஆன்மீக வாழ்வின் இன்றியமையாத பகுதிகளாக ஏற்றுக்கொண்டு இருப்பதால் இந்து மதத்தையே பெண்மை மதம் என்று மேலைநாட்டு அறிஞர் ஒருவர் குறிப்பிட்டிருக்கிறார். இப்படிச் சமுதாயத்தில் மாபெரும் மாறுதல்கள் வருவதற்கு பாரதப் பண்பாட்டில் பெண்ணைத் தெய்வமாக ஏற்றுக் கொண்டதே காரணமாகும்.

உலகத்து மதங்களுக்குள்ளே பெண்ணை முழுமுதற் கடவுளாக ஏற்றுக் கொள்கின்ற ஒரே மதம் இந்துமதம் தான். சக்தி வழிபாடு வேத காலத்திலிருந்து பாரத நாட்டில் ஏற்றுக்கொள்ளப்பட்ட ஒன்றாகும். தமிழ் இலக்கியத்திலும் பெண் தெய்வ வழிபாடு பன்னெடுங் காலமாக ஏற்கப்பட்டு உள்ளது. இதன் அடிப்படையில் பராசக்தியை நற்குணங்கள் அனைத்துக்கும் உறைவிடமாக பாரதப் பண்பாடு போற்றுகின்றது.

இந்தியத் தாய்

இந்தியாவில் குடும்பத்தின் ஆதாரம் தாய். தாய் என்பவள் கடவுளின் அவதாரம். கடவுள் ஒருவரே என்பதைக் கண்டு, அதை வேதங்களின் ஆரம்பக் கவிதைகளின் ஒரு கோட்பாடாக அமைந்தது ஒரு பெண் ரிஷியே ஆவாள்.

எங்கள் குடும்பத்தில் தாய் என்பவள் தெய்வமே. இந்த உலகில் தன்னலம் கலவாத அன்பு தாயிடம் மட்டுமே உள்ளது. அது எப்போதும் துன்பங்களை ஏற்றுக்கொள்வது, மற்றவர்களை நேசிப்பது. ஒரு இந்துவைப் பொறுத்தவரையில் தாய் என்பவள் தெய்வத்தின் அவதாரம்.

தாயும் நரேந்திரனும்

இளமைப் பருவத்தில் நரேந்திரனாக இருக்கும் போதே, துறவறம் மேற்கொள்ள வேண்டும் என்ற ஆசை சுவாமி விவேகானந்தரிடம் இருந்தது. தனக்குச் சந்தர்ப்பம் கிடைக்கும் போதெல்லாம், தனது தாயாரிடம் தனது துறவு விருப்பத்தைத் தெரிவிப்பார்.

ஒருமுறை தன் தாயாரிடம் துறவறம் மேற்கொள்ள விவேகானந்தர் அனுமதி கேட்டபோது, சமையலறைக்குப் போய் அங்கிருந்து கத்தியை எடுத்து வா என்றார் அவரது அன்னை. விவேகானந்தரும் கத்தியைக் கொண்டு வந்து கொடுத்தார். உடனே, கொஞ்ச நாட்கள் கழியட்டும். பின்பு துறவறம் மேற்கொள்ளலாம் என்று விவேகானந்தரின் அன்னை தெரிவித்தார். தன்னுடைய துறவு விருப்பத்தை விவேகானந்தர் தன் தாயிடம்

தெரிவித்தபோதெல்லாம், இதையே தான் அவருடைய தாயார் சொல்லி வந்தார். துறவுக்கும் கத்திக்கும் என்ன தொடர்பு என்று புரியவில்லை.

ஒருமுறை இவ்வாறு விவேகானந்தர் கத்தியைக் கொண்டு வந்து கொடுத்ததும், இனி துறவு மேற்கொள்ளலாம் என்று அன்னை கூறினார்.

உடனே விவேகானந்தர், கத்திக்கும் துறவுக்கும் உள்ள தொடர்பு என்ன? என்று தன் அன்னையிடம் கேட்டார்.

விவேகானந்தரின் அன்னை முன்பு ஒவ்வொரு முறை நான் கத்தியைக் கொண்டு வா என்று சொன்ன போதும், பாதுகாப்பான கைப்பிடியைப் பிடித்துக் கொண்டு, ஆபத்தான கூர்மைப் பகுதியை என் பக்கம் நீட்டுவாய். ஆபத்து பிறருக்கு, பாதுகாப்பு உனக்கு என்கிற சுயநல உணர்ச்சியின் வெளிப்பாடு. ஆனால் இப்போது ஆபத்தான கூர்மைப் பகுதியைப் பிடித்துக் கொண்டு, பாதுகாப்பான கைப்பிடியை என்பக்கம் நீட்டினாய். அதாவது, பிறரைப் பாதுகாக்க வேண்டும் என்ற ரீதியாக உணர்வு உன்னிடம் ஏற்பட்டுவிட்டது. அதனால் தான் துறவறம் மேற்கொள்ள சம்மதித்தேன் என்று கூறினார்.

இதிலிருந்து நீங்கள் புரிந்து கொள்ள வேண்டியது என்னவென்றால், தியாக மனப்பான்மையே துறவின் அடிப்படை என்பதாகும். தியாக மனப் பான்மை இருந்தால்தான் பிறருக்குத் தொண்டாற்ற முடியும். மக்களுக்குச் சேவை செய்ய முடியும் என்ற தியாக உள்ளத்தைக் காட்டுகிறது.

வெளிநாட்டில் அவருக்குக் கிடைத்த சீடர்களில் மார்க்கரெட் எலிசபெத் மிகவும் முக்கியமானவர். அவர் இலண்டனில் ஒரு பள்ளிக் கூடத்தை நடத்திக் கொண்டிருந்தார். விவேகானந்தரின் கருத்துக்களால் கவரப்பட்ட அவரை இந்தியப் பெண்களுக்குக் கல்வி புகட்டுவதற்காக விவேகானந்தர் தயார் செய்தார். அதற்காகவே 1898-இல் கல்கத்தா வந்து சேர்ந்தார் அவர். பெண் குழந்தைகளைப் படிக்க வைப்பதைப் பற்றி நினைத்துப் பார்க்கக்கூட முடியாத அளவுக்குப் பெண் அடிமைக் கருத்துக் கள் தலைவிரித்து ஆடிய காலம் அது.

பெண் துறவி நிவேதிதா

மார்க்கரெட் எலிசபெத்துக்குச் சகோதரி நிவேதிதா என்று விவேகானந்தர் பெயர் வைத்தார். இந்தியாவில் உள்ள துறவிகளின் நடை முறையில் முன் எப்போதும் இல்லாதபடி முதல்முறையாக அந்த வெளி நாட்டுப் பெண்ணைத் துறவியாக்கினார். அவருக்கு 'பரமாச்சார்யா' எனும் துறவுப் பட்டத்தையும் வழங்கினார். இந்தியாவின் துறவு வாழ்க்கையில் இத்தகைய நிலைக்கு உயர்ந்த முதல் வெளிநாட்டுப் பெண் இவரே.

104 சுவாமி விவேகானந்தர் ஒரு பன்முகப்பார்வை

1898 நவம்பர் 13-இல் காளி பூசை அன்று கல்கத்தாவில் பெண்களுக்கான பள்ளி ஆரம்பிக்கப்பட்டது. விவேகானந்தர்தான் கட்டாயப் படுத்திப் பெண் குழந்தைகளை வரவழைக்கச் செய்தார். கல்வி கற்பிக்கப்பட்டது. விவேகானந்தரால் அன்று தொடங்கப்பட்ட பள்ளி இன்றும் 1 முதல் 12 வரையான வகுப்புகளோடு செயல்பட்டுக் கொண்டிருக்கிறது.

சுவாமி விவேகானந்தர் பெண்களின் முன்னேற்றத்துக்காக, சிங்கம் போன்ற பெண் தேவை என்றார். அந்த பெண் உண்மை, அன்பு, தூய்மை, உறுதி, வீரம் உள்ளிட்ட நற்குணங்களைப் பெற்றிருக்க வேண்டும் என எண்ணினார். அவரது எண்ணத்துக்கேற்ப சகோதரி நிவேதிதை இருந்தார்.

தேசியம், பெண்களின் முன்னேற்றம், நாட்டின் பெருமை உள்ளிட்ட விதத்தில் இந்திய மக்கள் உணராமல் அறியாமையால், சாதி, மதம் உள்ளிட்ட பிரிவினையால் உள்ளனர். அவர்களின் ஆற்றலை, அவர்களே உணர்ந்து செயல்பட, நீங்கள் பணியாற்ற வேண்டும் என சுவாமிஜி பணித்தார். அதை நிவேதிதை மகிழ்வுடன் ஏற்றார்.

தேசத்தின் பெருமைகளை மக்களுக்கு ஆங்கில மொழியில் பேசுவார். அதில், பலரும் நீங்கள் பேசும் மொழி நடை அருமை என்பார்கள். அதற்கு நிவேதிதை, "அடிமை மொழிகளில் மயங்காதீர்" நான் பேசும் தேசியக் கருத்துக்களை எடுத்துக் கொள்ளுங்கள். அதுபோல், தாய்மொழியைப் பேசிப் பழகுங்கள். அதில் நாட்டின் வரலாற்றினை எழுத முயலுங்கள். கலாச்சாரம், விழுமியங்கள், பண்பாட்டை அடுத்த தலைமுறைக்குக் கொண்டு செல்லுங்கள்" என உரக்கக் கூறினார் அவ்வழியிலே பாரதியார், இரவீந்திரநாத் தாகூரையும் வலியுறுத்தினார்.

பாரதியின் குரு

மகாகவி பாரதியார் இவரைத் தமது குருவாகக் குறிப்பிடுவார். ஒருமுறை பாரதியார் சகோதரி நிவேதிதாவைச் சந்தித்தபோது, அவரது மனைவியை அழைத்து வரவில்லையா? என பாரதியாரிடம் கேட்டுள்ளார். அதற்கு பாரதியார், சமுதாய வழக்கப்படி தான் அவரை வெளியில் எங்கும் அழைத்துச் செல்வதில்லை எனக் குறிப்பிட்டார். அரசியல் குறித்து எதுவும் தெரியாது என்றும் கூறினார். இதைக் கேட்ட சகோதரி நிவேதிதை வருத்தத்துடன், 'மனைவியை அடிமைக்கு அதிகமாக நினைக்கின்ற இன்னொரு இந்திய மனிதரைக் காண்கிறேன்' என்றார். மேலும், சகோதரி நிவேதிதா, பாரதியிடம், 'உங்கள் மனைவிக்கே நீங்கள் சமஉரிமையும், விடுதலையும் கொடுப்பதில்லை. இந்நிலையில், நீங்கள் நாட்டுக்கு எவ்வாறு விடுதலை பெற்றுத்தரப் போகிறீர்கள்' என்று கேட்டார். இந்த உரையாடல் தான் பாரதியாருக்குப் பெண்களைப் பற்றிய சிந்தனையை மாற்றி, பெண்ணுரிமைக்காகப் போராடத் தூண்டுகோலாக இருந்தது.

சுவாமி விவேகானந்தர் ஒரு பன்முகப்பார்வை   105

இக்காரணங்களால் பாரதி, 'ஸ்வதேச கீதங்கள்', என்ற நூலை நிவேதிதைக்குச் சமர்ப்பணம் செய்து எழுதியிருந்தார்.

அமெரிக்காவில் விவேகானந்தர்

விவேகானந்தரின் பேச்சில் மயங்கிய மேற்கத்தியப் பெண்கள் இவரைப் பின் தொடர்ந்தார்கள். அவரைத் தனிமையில் சந்திக்க வேண்டும் என்று எவ்வளவோ முயன்றார்கள். இறுதியாக ஒரு வாய்ப்பு கிடைத்தது.

அமெரிக்க இளைஞர்கள் சிலர் அழகில் மயங்கி என்னைச் சுற்றுகிறார்கள். ஆனால் நான் உங்கள் அறிவில் மயங்கி உங்களைச் சுற்றி வருகிறேன். என்னுடைய அழகும் உங்களுடைய அறிவும் சேர்ந்தால் நன்றாக இருக்குமே. நாம் திருமணம் செய்து கொண்டால் என் அழகோடும் உங்கள் அறிவோடும் குழந்தை பிறக்கும் என்று கூறினார் அந்த 20 வயதுப் பெண். அப்போதுதான் 30 வயதைத் தொட்டிருந்த விவேகானந்தர், தாயே எனக்கு வயது 30. உங்களுக்கு 20 இருக்கும். நாம் திருமணம் செய்து நமக்குப் பிறக்கும் குழந்தை அறிவுமிக்கதாக இருக்குமென்பதற்கு உத்தர வாதம் இல்லை. அதற்குப் பதிலாக நீங்கள் என்னையே மகனாக ஏற்றுக் கொள்ளலாமே என்றார். அந்தப் பதிலைக் கேட்டு அந்தப் பெண் அதிசயித்தாள்.

காண்கின்ற பெண்களையெல்லாம் தாயாகக் கருதியவர்.

பெண்மையின் மதிப்பு

மேன்மக்கள் அனைவருமே பெண்மையை மதிப்பவர்கள். பெண்மையை மதிப்பவர்கள் அனைவரும் மேன்மக்களே. இம் மேன்மக்கள் பெண்களுக்கு மரியாதை கொடுத்து அவர்கள் முன்னேறுவதையே விரும்புவார்கள். இந்த நிகழ்வு நமக்குத் தெளிவாக உணர்த்துகிறது. சுவாமிஜி அமெரிக்காவில் இந்துமதப் பிரச்சாரம் செய்து கொண்டிருந்த காலகட்டம். எந்நேரமும் அவரைச் சுற்றி ஆன்மீகத்தில் ஈடுபாடு கொண்டிருந்த ஆண், பெண் இளைஞர் கூட்டம் கூடியிருக்கும். அவர்களுடைய ஆன்மீக ஆற்றலை உணர்த்தவே சமயத்தில் தாயின் அன்போடும் தந்தையின் கண்டிப்போடும், நண்பர்களின் நல்லோரும் சீடர்களுக்கு வேதாந்தத்தைப் போதித்தார்.

சுவாமிஜி சில நேரங்களில் தம் சீடர்களுடன் சேர்ந்து இயற்கை எழில் கொஞ்சும் இடங்களை நாடிச் செல்லத் தொடங்குவார்.

அன்றும் அதேபோல சுவாமிஜி தனது சிஷ்யைகளான சகோதரி கிறிஸ்டைன் மற்றும் வேறு சிலருடன் ஒரு மலை மீது ஏறிக்கொண்டிருந்தார்.

ஆனால் அவருடைய சிஷ்யைகளுக்கு மலையேறுவது கடினமாக இருந்தது. பாறைகள் வழுக்கள், செங்குத்தான பாறை, ஒருவித தைரிய மில்லாமல், மிகவும் சிரமப்பட்டு ஏறினர். ஆனால், சுவாமிஜி மின்னல் வேகத்தில் ஏறிக்கொண்டிருந்தார். தன் பெண் சிஷ்யைகளுக்கு எந்தவித உதவியும் செய்ய முன் வரவில்லை. இச்செயல் பெண்களுக்கு மன வருத்தத்தைத் தந்தது. அதை குருவிடமே கேட்டுவிட்டனர்.

இதற்கு விவேகானந்தரின் பதில், “குழந்தைகளே நீங்கள் வயதானவர்களாகவோ, பலவீனர்களாகவோ, ஆதரவற்றவர்களாகவோ இருந்தால் நான் உங்களுக்கு நிச்சயம் உதவ வேண்டும். ஆனால், யாருடைய உதவியும் இல்லாமலேயே உங்களால் இந்தக் கடினமான பாதையில் தாண்டிக் குதித்து ஏற முடியும். அதற்கான வல்லமை உங்களிடம் உள்ளது.

ஆண்கள், பெண்களுக்கு உதவ முற்படுவதெல்லாம், ஆசைகளை உள்ளுக்குள் மறைத்துக் கொண்டு அவர்கள் பெண்களிடம் காட்டும் வெற்று வீரம் தான் என்பது உங்களுக்குத் தெரியாதா?” என்று கூறினார். சுவாமிஜியின் இந்த உபதேசத்தைக் கேட்ட அந்தப் பெண்களுக்குச் சில உண்மைகள் தெளிவாயின.

பொதுவாக, பெண்களுக்குப் பரிந்து பேசுபவர்கள், பெண்களைப் பலவீனர்கள் என்றே சாதிக்கிறார்கள். ஏனெனில் அவர்கள் பெண்களின் உடலையோ மனதையோ மட்டும் தான் காண்கிறார்கள்.

ஆனால் விவேகானந்தர் பெண்களிடம் மட்டுமல்ல, அனைத்து மக்களிடமும் உடல், உள்ளம் பலங்களோடு ஆன்ம பலத்தையும் கண்டவர்.

கற்பு குறித்து சுவாமிஜி

நல்ல சூழ்நிலையில் பெண்களின் கற்பு மலர்போல் இருந்து நல்லவர்களின் மனங்களை மேம்படுத்துகிறது. அதே சமயத்தில் சூழ்நிலை பாதகமாகும் போது பெண்களின் கற்பு சுட்டெரிக்கும் நெருப்பாகித் தீயவர் களைச் சுட்டெரிக்கிறது.

அதி பராக்கிரமசாலியாக இருந்தும் இராவணன் சீதையை நெருங்க முடியாததற்கு சீதையின் கற்பு தான் காரணம்.

இராவணனிடமிருந்து தன்னைத் தானே காப்பாற்றிக் கொள்ளும் திறமை, தேவைப்பட்டால் இராவணனையே சபிக்கக்கூடிய சக்தி. இவை இரண்டும் சீதையிடம் இருந்தன. ஆனாலும் ஸ்ரீராமன் தான் தன்னை வந்து மீட்க வேண்டும். தன்னை மீட்ட பெருமை இராமருக்கே கிடைக்க வேண்டும் என்ற உறுதியில் சீதை இருந்தாள். தூய்மையில் செரிந்திருந்த சீதை, இராவணன் காட்டிய சிற்றியல்புகளையும் பெருந்தன்மையுடன் பொறுத்திருந்தாள்.

சுவாமி விவேகானந்தர் ஒரு பன்முகப்பார்வை 107

இது போன்ற கற்பெனும் சக்தியைப் பெண்களும் பெறவேண்டும் என்பதற்காக, இந்தியப் பெண்களின் இலட்சியம் சீதை என்றும் சுவாமி விவேகானந்தர் கூறினார்.

ஒவ்வொரு பெண்ணும் தன் உடல், உள்ளத்தின் பலவீனங்களுக்குத் தன்னைத் தானே அடிமையாக்கிக் கொள்கிறாள். இந்த ஆதிக்கத்தைத் தான் சுவாமி விவேகானந்தர் முதலில் சுட்டிக்காட்டுகிறார்.

இந்த ஆதிக்கங்களிலிருந்து பெண்கள் மட்டுமல்ல, அனைவரும் விடுபட்டு ஆன்ம சுதந்திரத்தில் திளைக்க வேண்டும் என்பதே, சுவாமி விவேகானந்தர் காட்டும் விடுதலை வாழ்க்கை ஆகும்.

ஒரே ஒரு பெண் பிரம்மஞானத்தை அடைந்தால் கூட, அவளிடம் தோன்றிப் பரவும் அந்த ஒளியால் ஆயிரக்கணக்கான பெண்கள் உற்சாகம் கொண்டு பிரம்ம ஞானத்தை அடைய முயல்வார்கள். அப்போது இந்த நாட்டிற்கும் சமுதாயத்திற்கும் மகத்தான நன்மை ஏற்படும் என்று கூறினார். இந்தியப் பெண்களை விழித்தெழ வைத்த சுவாமி விவேகானந்தரின் பார்வை ஆழமுடையது. விசாலமானது. பெண்கள் முன்னேற்றத்துக்குப் பாடுபட்ட சுவாமியின் பணி வணங்குவதற்குரியது என்பதை உணர்ந்து நாம் செயல்படுவோம்.

♣ ♣ ♣